AF762438

வணிக நூலகம்

டாக்டர். **ஆர். கார்த்திகேயன்**

மருத்துவ உளவியலில் முனைவர் பட்டம், மனித வளத் துறையில் கார்ப்பரேட் பணி, பின் நிர்வாக ஆலோசகர், பயிற்சியாளர், உளவியலாளர், எழுத்தாளர், திரைப்பட ஆய்வாளர் எனப் பன்முகம் கொண்ட ஆளுமை.

வாசிப்பும் பயணமும் சந்தித்த மனிதர்களும் இவரை ருசியான பேச்சாளராக்கியது. விகடன் மற்றும் 'தி இந்து'வில் நிறைய எழுதி வருகிறார். கலைஞர் தொலைக்காட்சியில் தொடர்ந்து பேசிவருகிறார். 'வேலையைக் காதலி' மற்றும் 'நம் மக்கள் நம் சொத்து' புத்தகங்களின் ஆசிரியர்.

கனமான விஷயங்களை எளிய மொழியில் சுவையோடு சொல்வதால் இவர் எழுத்துகள் சமீப காலங்களில் மிகப் பிரபலம்.

வணிக நூலகம்

டாக்டர் ஆர். கார்த்திகேயன்

கிழக்கு

வணிக நூலகம்
Vaniga Noolagam
R. Karthikeyan ©

First Edition: January 2016
168 Pages
Printed in India.

ISBN 978-93-84149-62-8
Kizhakku - 882

Kizhakku Pathippagam
177/103, First Floor,
Ambal's Building, Lloyds Road,
Royapettah, Chennai 600 014.
Ph: +91-44-4200-9603

Email : support@nhm.in
Website : www.nhm.in

Author's Email: gemba.karthikeyan@gmail.com

Kizhakku Pathippagam is an imprint of New Horizon Media Private Limited.

அன்னத்துடன்
வாசிப்பையும் ஊட்டி வளர்த்த
அம்மாவுக்கு

பொருளடக்கம்

என்னுரை

தமிழில் 'தி இந்து' வரப்போகிறது என்ற தெரிந்தபோது அது என்னை இரு ஆண்டுகளில் நூறு கட்டுரைகளுக்கு மேல் எழுத வைக்கும் என்று எதிர்பார்க்கவில்லை. மனித வளம் பற்றி ஒரு பத்தி எழுத அழைத்த போது வர்த்தகம் பற்றிய ஆங்கில புத்தகங்கள் தமிழில் இன்னமும் சரியான அறிமுகம் பெறவில்லை என்று பேசிக்கொண்டிருந்தேன். நீங்களே இதையும் எழுதுங்களேன் என்று சொல்லவே இரட்டை குதிரை சவாரி தொடங்கியது! தேவ்தத் பட் நாயக் எழுதிய 'பிஸினஸ் சூத்ரா'தான் பிள்ளையார் சுழி. வணிக நூலகம் பிறந்த கதை இதுதான்.

தமிழ் நாட்டில் நிர்வாகப்பள்ளி இயக்குனர்கள் முதல் சிறு முதலாளிகள், எம்.பி.ஏ. மாணவர்கள், சுய உதவி புத்தகப்பிரியர்கள், கார்ப்பரேட் மேலாளர்கள், எழுத்தாளர்கள்வரை பலரும் இக்கட்டுரைகளை ஆர்வத்துடன் வாசித்தனர். அதிலிருந்து ஒரு வெற்றிடம் நிரப்பப் பட்டதை அறிய முடிந்தது.

நிர்வாக ஆலோசகனாகவும் பயிற்சியாளனாகவும் இருப்பதால் வியாபாரப் புத்தகங்கள் வாசிப்பது என் தொழில் தேவை. ஆனால், இலக்கில்லாமல் புத்தகங்கள் வாங்கிப் படிக்கும் பழக்கம் என் சிந்தனையில் பல புதிய ரசவாதங்களுக்கு வழி வகுத்தது. புத்தகத் தேர்வைக் கண்டால் அது உங்களுக்கே புரியும்.

ஐநூறு ரூபாய் செலவளித்து, முன்னூறு பக்கங்கள் ஆங்கிலத்தில் படிப்பதைவிட தமிழில் வெறும் ஐநூறு வார்த்தைகளில் எளிமையாக அந்த நூலின் சுருக்கத்தைத் தெரிந்துகொள்வது எவ்வளவு சவுகரியம்? அந்த நோக்கத்தில் எழுதப்பட்டவைதான் இந்தக் கட்டுரைகள். இதைப் படிக்க யாரும் எம். பி. ஏ படித்திருக்க வேண்டிய அவசியமில்லை. ஆனால், நிர்வாகம் படிப்பவர்களுக்கு நிச்சயம் இது சத்தான சேகரிப்பாக இருக்கும்.

இந்தக் கட்டுரை தொகுப்பு புத்தகமாக வர வேண்டும் என்று பலர் தொடர்ந்து கேட்டுக் கொண்டிருந்தார்கள். கிழக்கு பதிப்பகம் அதை அன்புடன் நிறைவேற்றியதற்குப் பெரிதும் நன்றிக்கடன் பட்டுள்ளேன்.

நான் அடிக்கடி சொல்வதுண்டு. நான் புத்தகங்களைத் தேர்வு செய்வ தில்லை. புத்தகங்கள் என்னைத் தேர்வு செய்து என்னிடம் வருகின்றன என்பேன்.

இந்தப் புத்தகத்தை நீங்கள் தேர்வு செய்தீர்களா அல்லது இந்த புத்தகம் உங்களை தேடி வந்ததா? படித்து விட்டு பதில் எழுதுங்கள். இதைப் பற்றிப் பேசும் புத்தகங்களை அடுத்த தொகுப்பில் விவாதிக்கலாம்!

டாக்டர். **ஆர். கார்த்திகேயன்**

1

வியாபார சூத்திரம்

Business Sutra

Devdutt Pattanaik

என் சக ஹெச்.ஆர். நண்பர் புலம்பினார்: ''இந்த ஜெர்மன் கம்பெனியில் வேலை செய்யறது ரொம்பக் கஷ்டம். எல்லாவற்றிலும் தெளிவு, ஒழுங்கு, நேர்த்தி...!'' நல்லது தானே என்றேன். ''பிரச்னை என்னன்னா இதையெல்லாம் நம்மகிட்டயும் எதிர்பார்க்கிறாங்களே!''

நான் வேலை செய்த கொரியன் கம்பெனியில் என் மேலதிகாரி திரு. ரியூ அடிக்கடி சொல்வார்: ''இந்தியர்கள் நிறைய பொய் சொல்கிறீர்கள்!'' எனக்குக் கோபம் கோபமாக வரும். என்ன விஷயம் என்று கேட்டுப் பார்த்தால் தெரியும்: இவர் வழி கேட்டபோது யாரோ தவறான வழியைக் காட்டியிருப்பார்கள். அதைவைத்து ஒட்டு மொத்த இந்தியர்களே பொய் சொல்கிறார்கள் என்ற முடிவுக்கு வந்திருப்பார்! நம் ஊரில் யாராவது வழி கேட்டால் 'தெரியாது' என்று சொல்லும் பழக்கம் கிடையாது. தனக்குத் தெரிந்த (பல நேரங்களில் தவறான) வழியைச் சொல்வதும் அதைக் கேட்டவர்கள் பின்னர் பொருட்படுத்தாததும் இங்கு இயல்பு. ஆனால், தவறான தகவல் தருவது கொரியன் அகராதியில் பொய் சொல்லுதல்.

ஒரு அமெரிக்க கார் நிறுவனத்துக்கு நிர்வாகப் பயிற்சி எடுக்கச் சென்ற என் வயதான நண்பர் முதல் நாளிலேயே

துணுக்குற்று என்னைத் தொலைபேசியில் அழைத்தது இன்னும் நினைவில் உள்ளது. 'கிளாஸுக்கு காபி மக்கோடு வந்து உக்காந்திட்டு 'ராமனாதன் எனக்கு ஒரு சின்ன சந்தேகம்னு' பேர் சொல்லி கூப்பிடுறான் சார். என் பேரன் வயசு அவனுக்கு!''

''ஒரு பிரச்னையில் இரண்டு பக்க முடிவுக்கும் தயாராக இருக்கும் இந்திய மனங்களை என்னால் புரிந்து கொள்ள முடியவில்லை. நடந்தால் சந்தோஷம்; நடக்காவிட்டால் ரொம்ப சந்தோஷம். இது எப்படி சாத்தியம்?'' என்று அங்கலாய்த்தார் ஒரு இத்தாலிய மென் பொருள் நிறுவனத்தின் தலைவர்.

இது ஒரு மண்ணின் மனங்களை இன்னொரு மண்ணைச் சேர்ந்த மனம் புரிந்து கொள்வதில் வரும் சிக்கல்.

இதிகாசம், தத்துவம், வரலாறு, உளவியல், சமூகவியல், மானிடவியல் இவற்றை வியாபார உலகத்துக்குப் பொருத்திச் சொல்லும் புத்தகங்கள் மிக மிகக் குறைவு. அந்தக் குறையைப் போக்க வந்த புத்தகம்- தேவ்தத் பட்னாயக் எழுதி வெளி வந்துள்ள ''பிசினஸ் சூத்ரா''!

ஆசிரியரின் பின்னணியே சுவாரசியமானது. எம்.பி.பி.எஸ். படித்தவர். மருந்து கம்பெனியில் மார்க்கெட்டிங் வேலை. பாரத இதிகாசம் மற்றும் தத்துவங்களைச் சிறு வயது முதல் படித்த அனுபவம். தவிர ஓவியர் (புத்தகத்தில் உள்ள அனைத்துப் படங்களும் அவரே வரைந்தவை!). எகானாமிக் டைம்ஸில் இதிகாசத்தையும் வணிகத்தையும் இணைத்துக் கட்டுரைகள் எழுதுகிறார். இவை அவரைப் பிரபல தொழில் அதிபர் கிஷோர் பியானி முன் நிறுத்தியது. உலத்திலேயே முதன் முறையாக 'முதன்மை நம்பிக்கை அலுவலர்- Chief Belief Officer' என்ற பட்டத்துடன் 'பிக் பஜார்' அங்காடிகளைக் கொண்ட பியூச்சர் குழுமத்தில் சேர்கிறார்.

நம் மரபுகள் நம் நம்பிக்கைகளைத் தோற்றுவிக்கின்றன. நம்பிக்கைகள் செயல்களாகின்றன. அதுவே நம் விதியாகவும் வாழ்க்கையுமாகின்றன. இது வணிக உலகத்துக்கும் பொருந்தும். இதுதான் புத்தகத்தின் சாராம்சம்.

இதிகாசமே விஞ்ஞானத்துக்கு எதிர் என்ற மேற்கத்திய நிலைபாடு எப்படி வந்து நம்மை நம் வேர்களை ஆராயவிடாமல் தடுத்துள்ளது என்று அலச ஆரம்பித்த உடனேயே புத்தகத்தின் கனம் புரிகிறது. ஆனால் எங்குமே ''நாம்தான் உசத்தி. மற்றவை நமக்குப் பிறகுதான்'' என்ற தொனி இல்லாமல் ஆரோக்கியமான விவாதத்துக்கு இட்டுச் செல்கிறார்.

சீனர்கள் ஒரு சமூகமாக ஏன் வேலை செய்வதில் இவ்வளவு தீவிரமாக உள்ளார்கள்? அரசாங்க விதிகளை மீறாமல் பணியாற்றும் மனோபாவம் எப்படி வந்தது? அது கன்பூசியத் தத்துவத்தின் தாக்கம்.

அமெரிக்கர்களின் முதலாளித்துவ வளர்ச்சிக்குக் காரணம் கத்தோலிக்க சிந்தனைகளிடமிருந்து விடுபட்ட ஐரோப்பியர்களுக்கு கடன் கொடுத்து, கடன் வாங்கி வணிகம் நடத்த வரலாற்றுச் சுமையில்லாத தேசம் தேவைப்பட்டது.

ஒரு மொழியைத் தன் கரன்ஸியில் கொண்ட அமெரிக்கா, 17 மொழிகளை கரன்ஸியிலேயே கொண்ட இந்தியாவைப் புரிந்துகொள்ளச் சிரமப்படுவதில் வியப்பு இல்லை. மாறாக, இங்கிருந்து போன நம் மக்கள், சுலபமாக அமெரிக்காவை ஏற்றுக்கொள்ளக் காரணம் என்ன? பல கடவுள்கள், பல மொழிகள், பல உணவுகள், பல சீதோஷ்ண நிலைகள் என இந்தியர்களின் பன்முகக் கலாசாரம் இன்று இந்தியர்களைச் சிறந்த பன்னாட்டு நிறுவன மேலாளர்களாக்கியுள்ளது.

இந்தத் தெளிவைத் தருகிறது இந்தப் புத்தகம்.

விதி மீறா ராமனும் விதி மீறும் கிருஷ்ணனும் நமக்கு கடவுள்கள். இருவரையும் சமமாக வழிபடுகிறோம். விதி மீறுதல் என்பதைவிடக் காரணம் நமக்கு முக்கியம்.

வர்ணாசிரமம் பற்றிப் படிக்கும்போது, இன்றைய கார்ப்பரேட் நிறுவனங்களிலும் எப்படி அது சூட்சமமாக- ஆனால் திடமாக- இன்னமும் நிலை பெற்றிருக்கிறது என்று தெரிகிறது. எத்தனை சூசகமாக வர்ணம் வேறு, ஜாதி வேறு என்று சொன்னாலும் மனித சுரண்டலின் மிகப் பெரிய காரணம் அது என்பதை மறுக்கமுடியாது.

பௌத்த, ஜைன, சீக்கிய, கிருத்துவ, இஸ்லாமிய, யூத மற்றும் பிற மதங்கள் பற்றிய பல செய்திகள் சுவையானவை. உலக நம்பிக்கைகள் அனைத்தையும் ஒரே பக்கப் படத்தை வரைந்து விளக்கியது சாமர்த்தியம்.

வாடிக்கையாளர்தான் தெய்வம் என்று சொல்லும் பகுதிகள் முக்கியமானவை. சடங்குகள் மூலம் விளக்கப்படும் இவை, வாடிக்கையாளர்களை மனிதர்களாகக்கூடப் பார்க்க மறுக்கும் நிலையை நிச்சயம் மாற்றும்.

பக்கத்துக்குப் பக்கம் எளிமையான கோட்டோவியங்கள், அருமையான எடுத்துக்காட்டுக்கள், ரத்தினச் சுருக்கமான கருத்துகள், அதை விளக்க இதிகாசக் கதைகள் என ருசியான வாசக அனுபவத்தைத் தருகிறது இந்த பிசினஸ் சூத்ரா.

பல தேசத்துக்குச் செல்லும் இந்தியர்களுக்கும், இந்தியா வரும் பல தேசத்தவர்க்கும் இந்தப் புத்தகம் மிக அவசியம். இந்தியாவே பல இந்தியாக்களைக் கொண்டுள்ளதால் இதுபோல இன்னும் பல புத்தகங்களும் தேவைப்படும்.

பெருசுகளுக்கும் பழைய பஞ்சாங்கங்களுக்கும் என்று பலர் நினைக்கும் இதிகாசத்தை ஒரு நவீன நிர்வாகப் புத்தகமாகக் கொண்டு வந்தது ஒரு புதிய சிந்தனையைக் (புதிய சந்தையையும்) கொண்டுவந்துள்ளது என்பது திண்ணம்!

2

விருந்தோம்பல் தரும் வியாபார வெற்றி

Up Your Service

Ron Kaufman

சிங்கப்பூர் ஏர்லைன்ஸ் ஆரம்பித்தபோது தன் தனித்திறமை எது என்று யோசித்தது. விமானங்கள் எல்லாப் போட்டியாளர்களுக்கும் பொதுவானவை. கட்டணங்களிலும் பெரிய வித்தியாசங்கள் கொண்டு வரும் வாய்ப்புகள் அப்போது இல்லை. வழித்தடங்களும் அதே. எந்தவித்தில் வாடிக்கையாளரிடம் நல்ல பெயர் எடுப்பது? சர்வீஸ் ஒன்றுதான் தாரக மந்திரம் என்று முடிவு செய்தது. சிரிக்கும் விமானப் பணிப்பெண்ணை லோகோவாக வைத்துப் பிரபலப்படுத்தியது. வெறும் விளம்பரத்தோடு நிற்கவில்லை. எல்லோர் எதிர்பார்ப்பையும் மீறி உலகத் தர சேவை என்றால் அது சிங்கப்பூர் ஏர்லைன்ஸ் என்று உலகத்தையே சொல்ல வைத்தது.

சிங்கப்பூர் அரசாங்கமும் சிங்கப்பூர் ஏர்லைன்ஸ் நிறுவனமும் இணைந்து 1990-ல் அந்த தேசத்தின் ‘சேவை கலாசாரத்தை’ வளர்க்க ‘சர்வீஸ் குவாலிட்டி சென்டர்’ என்று ஆரம்பிக்கத் திட்டமிட்டது. சிங்கப்பூர் என்றாலே சிறப்பான சர்வீஸ் என்ற பெயரைக் கொண்டு வரும் திட்டம் அது. அந்த மையத்தை உருவாக்கி நடத்தும் பொறுப்புக்கு அவர்கள் தேர்ந்தெடுத்த நபர் ரான் காஃப்மேன். அவர் எழுதி அதிகம் விற்ற புத்தகம் Up Your Service.

ஒரு காலத்தில் சிங்கப்பூர் ஏர்லைன்ஸில் பணி புரிந்துவந்த இந்த ஜெர்மனிக்காரர் இன்று உலகம் முழுவதும் சுற்றி வந்து நிர்வாகப் பயிற்சி அளித்தாலும், சிங்கப்பூரைத் தன் வசிப்பிடமாகக் கொண்டுள்ளார்.

சிங்கப்பூர் ஏர்லைன்ஸ் அனுபவம் இவரை ஒரு பக்குவப்பட்ட 'வாடிக்கையாளர் சேவை பயிற்சியாளராக' மாற்றியுள்ளது. தவிர இவர் ஒரு மிக நகைச்சுவையான பேச்சாளரும் கூட. இன்று உலகின் முன்னணி நிறுவனங்களுக்கு வாடிக்கையாளர் சேவை பற்றி ஆலோசனை, பயிற்சி மற்றும் நிர்வாக உதவிகள் செய்து வருகிறார்.

பே பால் நிறுவனம் இவரைச் சில வருடங்கள் முன் சென்னைக்கு அழைத்துவந்தது. நான் சிறப்பு விருந்தினராகக் கலந்துகொண்டேன். வெறும் ஒரு மணி நேரப் பேச்சு. ஆனால் கூட்டத்தைப் பரவச நிலைக்கு இட்டுச்செல்லும் மதவாதியைப்போல அப்படி ஒரு உரை. ஒரு நடிகனுக்கான உடல் மொழி. பேச்சாளருக்கான தேர்ந்தெடுத்த வாக்கிய அமைப்புகள், வலுவான ஆதாரச்செய்திகள் என அது ஒரு மறக்க முடியாத அனுபவம். பின்னர் சென்ற வருடம் பெங்களூரில் ஒரு கருத்தரங்கத்தில் மீண்டும் சந்திக்கும் வாய்ப்பு. காமெடி படத்தை இரண்டாவது முறை பார்க்கும்போது அதிகமாக ரசிப்போம். அதே அனுபவம் எனக்கு, சற்றும் குறையாமல்.

வாடிக்கையாளர் அனுபவத்தை வகைப்படுத்துகிறார். எப்படி?

அடிப்படை நிலை, எதிர்பார்த்தது மட்டும், ஆசைப்பட்டது, வியப்புக் குரியது, நம்ப முடியாத நிலை என்று வகைப்படுத்துகிறார். சரி, ஒரு உதாரணத்துடன் பார்க்கலாம்.

கால் டாக்ஸியை ஆறு மணிக்கு வரச்சொல்லியிருக்கிறீர்கள். இதை வைத்து 5 வகை சர்வீஸ் நிலைகளை அளக்கலாம்.

ஆறு மணிக்கு வண்டி வந்தது. அழுக்கு வண்டி. டிரைவர் குடித்தது போலச் சோர்வாக இருக்கிறார். வண்டியைத் தாறுமாறாக ஓட்டி ஆனால் சரியான நேரத்துக்குக் கொண்டு சேர்க்கிறார். இது அடிப்படை நிலை சேவை.

எதிர்பார்த்ததுபோலவே 30 நிமிடங்கள் முன் வந்தது வண்டி. சாதாரணப் பயணம். சொல்ல எதுவுமில்லை. சரியான நேரத்துக்குக் கொண்டு சேர்க்கிறார். இது எதிர்பார்த்த நிலை.

சீக்கிரம் வந்ததோடு இல்லாமல், நன்கு சிரித்து, மனம் அறிந்து நடந்து கொள்கிறார், செல்போன் சார்ஜிங் வசதி உண்டு என்று கேட்காமலே சொல்கிறார், சரியான சில்லறை கொடுக்கிறார். பில் கொடுக்கிறார்

கேட்காமல். கால் டாக்ஸி விசிட்டிங் கார்ட் கொடுத்து ''எப்போதும் எங்கள் சேவையை நாடுங்கள்'' என்று சொல்லி சிநேகிதமாக விடை பெறுகிறார். இது வியப்புக்குரிய சேவை.

ஆறு மணிக்கு புக்கிங் எடுக்கும்போது எழுப்ப wake up call வேண்டுமா என்று கேட்கும் கால் செண்டர் பெண், சீக்கிரம் வந்து பொருட்களை எடுத்துவைத்துவிட்டு, ''லேட்டானால் நான் என் மொபைலில் டெலி செக்கிங் பண்ணட்டுமா என்று கேட்கும் ஓட்டுனர், உள்ளே வண்டியில் வை ஃபை கனெக்‌ஷன், சிறிய டி.வி, மெலிதான இசை, வழியில் நிறுத்தி சூடாகப் பரிமாறப்படும் காலை நாளிதழ்கள். இது நம்ப முடியாத சேவை!

6 மணிக்கு மேலாகியும் கார் வரவில்லை; போனிலும் சரியான பதில் இல்லை என்றால் அதை எந்தவிதத்தில் சேர்ப்பது? ''கிரிமினல் சேவை'' என்கிறார் காஃப்மேன்!

உங்கள் வியாபாரம் எந்த அளவுக்கு வாடிக்கையாளர் சேவையை முக்கிய வியூகமாகக் கொண்டு செயல்படுகிறது என்று அறிய இந்தப் புத்தகம் உதவும்.

சேவைத் தரத்தைத் தொடர்ந்து அதிகரித்துக்கொண்டே இருந்தால்தான் தொழிலில் நிற்க முடியும் என்கிறார். ஏன் கொடுத்ததையே தொடர்ந்து கொடுத்தால் போதாதா? போதாது. நம்ப முடியாத சேவையைத் தொடர்ந்து கொடுக்கும்போது அது மெல்ல மெல்ல 'எதிர்பார்க்கப் பட்ட நிலையை' அடையும்.

ஒரு காலத்தில் ஏ.டி.எம்மில் காசு வந்தால் ''ஆஹா!'' என்றோம். இன்று? இதுபோலத்தான் வீட்டுக்கு வரும் துரித உணவு, கணினி மூலம் தியேட்டர் புக்கிங் என சௌகரியங்களும் மெல்ல மெல்லச் சலித்து, ''அது தெரிஞ்சதுதானே!'' என்ற நிலைக்கு வருகிறது என்கிறார். சிங்கப்பூர் தொடர்ந்து தன்னைப் புதுப்பித்துக்கொள்ள இதுதான் அவர்களின் வியாபார சூத்திரம் என்கிறார்.

இது பற்றி என் நண்பரிடம் பேசும்போது 'எங்களுக்கு வாடிக்கையாளர் புகார்களைக் கவனிக்கவே ஒரு வழக்கறிஞர் இருக்கிறார்' என்று பெருமையாகப் பேசினார். புகார்களைக் கவனிப்பதும் உறவுகளைப் பேணுவதும் வேறு வேறு சமாசாரங்கள் என்றேன். அவருக்கு விளங்கவில்லை. ''சட்டப்படி என் மனைவிக்கு என்ன செய்யணுமோ அனைத்தையும் செய்கிறேன். ஒரு குற்றம் கூடப் புரியவில்லை. அதனால் அவள் என்னுடன் மிகுந்த மகிழ்ச்சியாக இருக்கிறாள் என்று சொல்ல முடியுமா? அதுபோலத்தான் என்றேன்.

நுகர்வோர் உரிமை மீறல்கள் பற்றி அதிகம் கவலைப்படாத நம் நாட்டில் இந்த சேவைத்தரம் பற்றியெல்லாம் பேசுவது வீணோ? சகிப்புத் தன்மை நம் ஆதார தேசியக் குணமாயிற்றே? கியூவில் நின்று கொடுப்பதை வாங்கிச் செல்வதுதானே இங்கு நம் மாண்பு?

இதுபோன தலைமுறையின் பண்பு. இந்தத் தலைமுறை தரத்துக்கும் சேவைக்கும் என்ன விலை வேண்டுமானாலும் தரத் தயாராக இருக்கிறார்கள். அந்தப் பாதிப்பு மெல்ல மெல்ல வயதானவர் களிடமும் காண முடிகிறது.

அளவு, விலை இரண்டும் அரசு நிர்ணயித்து பெரிய விஸ்தாரமான இடத்தில் விற்கப்படும் சிற்றுண்டியைவிடத் தனியார் ஓட்டலில் நகர முடியாத இடத்தில் இரு மடங்கு விலை, பாதி அளவு என இருந்தும் மக்கள் கூட்டம் அலை மோதுகிறது. ஏன்? தரமான உணவும் அன்பான உபசரிப்பும்தான். சென்னை சென்ட்ரல் தரும் நிர்வாகப்பாடம் இது.

விருந்தோம்பல் முன்பு நம் கலாசாரத்தில் இருந்தது. இன்று மக்கள் திறன்கள் தேய்ந்து வரும் சூழலில் உங்கள் வியாபாரம் செழிக்க உங்கள் அனைத்துப் பணியாளர்களுக்கும் சேவைத்திறன் பயிற்சி அவசியப் படுகிறது. நம் நாடு எப்போது சிங்கப்பூர் ஆகும் என்று கேட்போர் அவர்களின் சேவைத் தரத்தோடு முதலில் போட்டி போட முயல வேண்டும்.

அதற்கு இந்தச் சிறிய, எளிய ''எப்படிச் செய்ய?'' புத்தகம் ஒரு பால பாடம்!

3

மனிதர்களை படிக்கும் கலை

What They Don't Teach You at Harvard Business School

Notes from a Street-smart Executive

Mark H. McCormack

மார்க் மெக்கார்மக் நிர்வாகம் படிக்காத ஒரு நிர்வாக மேதை. ''ஹார்வர்ட் நிர்வாகப் பள்ளியில் உங்களுக்குச் சொல்லித்தராதவை'' என்ற அவரின் புத்தகம் 1984ல் வெளியிட்டு, இன்றுவரை சந்தையில் சக்கை போடு போட்டுக்கொண்டிருக்கிறது.

முதல் அத்தியாயத்திலேயே அசத்துகிறார் ஆசிரியர்.

''ரிச்சர்ட் நிக்சன் அப்போதைய அமெரிக்க ஜனாதிபதி. அவரை அருகில் காணும் வாய்ப்பு ஒரே வாரத்தில் 3 முறை கிடைத்தது. என் வாடிக்கையாளர்கள் உலகப் புகழ் பெற்ற விளையாட்டு வீரர்கள். இருந்தும் சொல்லி வைத்தாற் போல அதே நான்கு, ஐந்து வாக்கியங்கள் அதே தொனியில் அனைவரிடமும் பேசியது அவரைக் கூர்ந்து கவனிக்க வைத்தது. பயிற்சி செய்ததுபோலப் பேசியது அவரது போலித்தனத்தைக் காட்டியது. அவர் நம்பத் தகுந்தவர் அல்ல என்று நினைக்கவைத்தது.

டக் சாண்ட்லர்ஸ் ஒரு சர்ச்சைக்குரிய கால்ஃப் ஆட்டக் காரர். அவரிடம் ஏஜென்ட்டாக பணி புரியவுள்ளேன்

என்றதும் நண்பர்கள் எச்சரித்தார்கள். அவனுக்கு மண்டை சூடு அதிகம். எளிதில் எல்லாரிடமும் உரசிக் கொள்வான் என்றார்கள். ஆனால் எனக்கு அவரை நம்பத் தோன்றியது. ஏதோ ஓர் உள்ளுணர்வின் அடிப்படையில் எடுத்த முடிவு அது.

முதல் ஒப்பந்தப்படி கனடாவில் ஒரு நிகழ்ச்சி. அனைத்தையும் அவரே பேசி (அதுவும் ரொக்கமாகக் கொடுக்க ஏற்பாடு) நடத்தினார். எனக்கு வேலையே பெரிதாக இல்லை. ஆனால் நிகழ்ச்சி முடிந்த ஒரு வாரத்தில் எங்கள் அலுவலகத்துக்கு ஒரு கவர் வந்தது. இணைப்புக் கடிதம் எதுவும் இல்லாமல் எனக்குச் சேர வேண்டிய பணம் உள்ளே. அதுவும் ரொக்கமாக. அதுதான் டக் சாண்ட்லர்ஸின் நேர்மை.

பத்து வருடங்கள் கழித்து, ரிச்சர்ட் நிக்சன் வாட்டர்கேட் ஊழலில் பதவி இழந்தபோது அவர் என் ஆட்டக்காரர்களிடம் பேசிய போலி வாக்கியங்கள் ஞாபகத்துக்கு வந்தன!''

வியாபார உலகத்துக்குத் தேவைப்படும் இந்த மனிதர்களைப் படிக்கும் கலை எந்த நிர்வாகப் பள்ளியிலும் சொல்லிக்கொடுக்கப்படுவதில்லை என்கிறார். அதைப் படிக்கச் செல்லும் அனைவரும் அறியவேண்டும் என்கிறார். ஹார்வர்ட் பற்றியே இந்தக் கருத்து என்றால், நம் பொறியியல் கல்லூரியில் நடத்தப்படும் எம்.பி.ஏ படிப்புகளை என்னவென்று சொல்வது?

மெக்கார்மக், யேல் பல்கலைக்கழகத்தில் சட்டம் படித்தவர். விளையாட்டு முகவராகத் தொழில் ஆரம்பித்து, 1960ல் இன்டர்னேஷனல் மேனேஜ்மென்ட் குரூப் என்ற நிறுவனத்தைத் தோற்றுவித்து, பின்னர் விளையாட்டு வீரர்கள் மற்றும் விளையாட்டு நிகழ்ச்சிகளைச் சந்தைப் படுத்தியதில் பெரு வெற்றிகளை ஈட்டியவர். டென்னிஸ் மற்றும் கால்ஃப் விளையாட்டை உலகம் முழுக்க பிரபலப் படுத்தியவர். 2004ல் வெளியான ''விம்பிள்டன்'' என்ற ஆங்கிலப்படம் இவருக்கு அந்தத் திரைப்படத்தை அவர் நினைவாக அர்ப்பணம் செய்தது.

மெக்கார்மிக் 2003ல் இறக்கும்வரை தொடர்ந்து எழுதி வந்தார்.

இது ஹார்வர்ட் பல்கலைக்கழகத்துக்கோ, எந்த நிர்வாகப் படிப்புக்கோ எதிரானது அல்ல என்று முதலிலேயே தெரிந்துவிடுகிறது. வேலையிலும் தொழிலிலும் சாமர்த்தியமாக நடந்து வெற்றி பெறுவது எப்படி என்று கூறுகிறது. தலைப்பே அவரின் மார்க்கெட்டிங் உத்தியைப் பறைசாற்றுகிறது.

சாமர்த்தியம் (அதாவது ஸ்ட்ரீட் ஸ்மார்ட் என்கிறார்) கல்விக்கு அப்பாற் பட்டது என்பது நம் எல்லோருக்கும் தெரியும். ஆனால், அதன்

அடிநாதமாக உள்ள உளவியல் உண்மைகளை எளிமையாகச் சொல்கிறார்.

மூன்று பகுதிகளாகச் செல்கிறது புத்தகம்.

மக்கள், விற்பனை/பேரம் மற்றும் சுய தொழில் நடத்தல். ஒவ்வொன்றிலும் நான்கைந்து அத்தியாயங்கள். சின்னச் சின்னதாக நறுக்கப்பட்ட துணுக்குகளைப் போன்ற ''எப்படிச் செய்ய?'' எனச் சொல்லும் மிக எளிமையான வடிவமைப்பு. சாதாரணச் சொல்லாடல்கள். பரபரப்பை விரும்பும் தற்கால மனிதர்களுக்கு மேம்போக்காகப் பக்கங்களை மேய்ந்தால் எல்லாம் தமக்குத் தெரிந்ததாகப்படும் அபாயம் இதில் உண்டு.

கூர்ந்து படித்தால் ஒவ்வொரு யோசனையும் மிக்க சுய ஆராய்ச்சிக்குப் பின் எழுதியது தெரியும். உங்கள் பார்வைக்குக் கொஞ்சம் இதோ:

- உங்கள் வாடிக்கையாளரை அலுவலகத்தில் சந்திப்பதைவிட உணவகத்தில் சந்தியுங்கள். எதிர்பாராத தருணங்கள் அவர்கள் ஆளுமையை வெளிப்படுத்தும்.
- ''நான்தான் எல்லாம்'' என்று நினைக்கும் ஆசாமிகளை வெற்றி கொள்வது, அகங்காரம் இல்லாத நபர்களை வெல்வதைவிடச் சுலபம்.
- தர்க்கத்தைவிட உங்கள் உள்ளுணர்வுக்கு மதிப்புக் கொடுங்கள். அவை பின்னர் தர்க்கரீதியாகவும் சரியாக இருக்கும்.
- எல்லாவற்றையும் எழுதுங்கள். எங்கிருந்தாலும். எது கிடைத்தாலும் சரி. எழுதினால் மட்டும்தான் காரியம் அடுத்த கட்டத்துக்கு நகரும்.
- விற்பனை ஆன பிறகு உங்கள்/உங்கள் பொருள் பற்றிய பிரதாபம் பேசாதீர்கள். மௌனம் உத்தமம்.
- பல ''வேண்டாம்''களை கடந்துதான் சில ''வேண்டும்'' கள் வரும். காத்திருப்பு மிக முக்கியம்.

சரி, இதுபோதும் இப்போதைக்கு.

ஏன் இந்தப் புத்தகம் முக்கியம் என்று கருதுகிறேன்? அதுவும் இத்தனை பழசான புத்தகம்? இன்றைய இளைஞர்களுக்கு இது மிக மிக அவசியம் என்று தோன்றுகிறது. சான்றாக ஒரு சம்பவம்.

என்னிடம் வேலை செய்த இரு எம்.பி.ஏக்களில் ஒரு பையன் திடீரென்று ராஜினாமா செய்தான். ஏன் என்று எக்ஸிட் இன்டெர்வியூ

செய்ததில்- சந்தானம் பாஷையில் சொன்னால்-கம்பெனி பற்றிக் கழுவிக் கழுவி ஊற்றியிருக்கிறான். ''எம்.பி.ஏ படித்த என்னை ஜெராக்ஸ் பண்ணும் வேலையெல்லாம் கொடுத்தார்கள். ஆயுத பூஜைக்குப் பொரி கவர் பிரிக்கும் வேலையெல்லாம் செய்தேன். வெறும் கிளர்க்கு வேலை சார் இது. நான் கோல்ட் மெடலிஸ்ட் சார். இங்கே என்னால் எப்படி வளர முடியும்?'' என்று பொருமினான்.

பயிற்சி மாணவர்களின் நிலையை அறிய அடுத்த பையனை அழைத்தேன். ''எப்படிப்பா வாழ்க்கை?'' என்றவுடன், ''சூப்பர் சார்!'' என்று அவனே தொடர்ந்தான். ''ஷாப் ஃப்லோர்ல எல்லாரும் இப்ப செம்ம தோஸ்த் சார். ஆயுத பூஜையின் போதுதான் சார் எல்லா யூனியன் மெம்பர்ஸ் கிட்டேயும் பழக வாய்ப்பு கிடைச்சது. ஆயுத பூஜைக்குப் பொரி பாக்கட் போடறதிலிருந்து, அந்த விழா முழுக்க அவங்க கூடவே வேலை பார்த்தது, எனக்கு ஒரு ஹெச்.ஆர். ஆக நல்ல அனுபவம் சார். மத்தவங்க பார்வையில ஒவ்வொரு விஷயத்தையும் பாக்கறது நூறு புஸ்தகம் படிக்கறதுக்கு சமம். தாங்க் யூ சார்!''

ஒரே நிகழ்வு. இரண்டு அனுபவங்கள். முதலானவர் எங்கு இருக்கிறார் என்று தெரியவில்லை. பின்னவர் இன்று ஒரு நிறுவனத்தின் தலைவர்.

பள்ளியின் எல்லைகளைக் கடந்து வாழ்க்கை அழகாக வெளியே உள்ளது. வாழ்க்கையைப் பார்க்க உதவுகிறது இந்தப் புத்தகம். கடைசியாக....இது ஹார்வர்டில் மாணவர்கள் வாசிப்புக்குச் சுய கற்றல் பாடமாக வைக்கப்பட்டுள்ளது!

4

விற்பனைக்குப் பின் உள்ள உளவியல்

Brand Management: The Indian Context

Y.L.R. Moorthi

உலகிலேயே முதன் முதலில் ஷாம்பூவை ஸாஷேயில் கொண்டு வந்த 'வெல்வெட்' இன்று இல்லாமல் போனது ஏன்?

கோல்கேட்டுக்கே சவால் விட்ட ஃபோரான்ஸ் காணாமல் போனது எப்படி?

பவுடரில் முன்னணி பெயர் கொண்ட பாண்ட்ஸ், சோப்பாக சோபிக்காதது எதனால்?

எல்லா சோப்களையும் எதிர்கொண்டு இன்னும் ஹமாம் ஸ்திரமாக விற்றுக்கொண்டிருப்பதற்கு என்ன காரணம்?

அம்பாஸடர்தான் விலாசமான வண்டி என்ற இந்திய மனப்பான்மையை மாருதி ஆம்னி எப்படி எதிர்கொண்டு அதிகம் விற்றது?

சுருக்கமாக ஒரு வார்த்தையில் சொன்னால் பிராண்டிங்க்தான்!

ஒரு பொருள் அல்லது சேவை பற்றி மக்கள் கொள்ளும் ஆழ்மன பிம்பம் சார்ந்தது இது.

வளர்ந்த சந்தைகள் அனைத்தும் உற்பத்திச் செலவுக்கு ஈடாகவோ அதற்கு மேலோ செலவு செய்வது

இதற்குதான். விளம்பரம் இதில் ஒரு பகுதி தான். மக்கள் தங்கள் பொருட்களைப்பற்றி என்ன நினைக்கவேண்டும் என்பதைத் தீர்மானிக்கும் வியூகம்தான் பிராண்டிங்க்.

பொதுவாக பிராண்டிங்க் பற்றிய நிர்வாகப் புத்தகங்கள் வெளி நாட்டு கம்பெனிகளின்/ பொருட்களின் பற்றித்தான் அதிகம் பேசும். ஆனால் முழுக்க முழுக்க இந்திய நுகர் பொருட்களையும் இந்திய கம்பெனி களின் நிகழ்வுகளையும் கொண்ட புத்தகம் என்பதால் 'பிராண்டிங்க் மேனேஜ்மென்ட்" என்ற இந்தப் புத்தகம் கூடுதல் கவனம் பெறுகிறது.

2003 வெளிவந்து பல பதிப்புகள் கண்ட இந்தப் புத்தகத்தின் ஆசிரியர் நிர்வாகவியல் பேராசிரியர் ஒய். எல். ஆர். மூர்த்தி. பெங்களூரில் உள்ள ஐ.ஐ.எம். நிறுவனத்தில் பணியாற்றியதால் இது கிட்டதட்ட பாடப்புத்தகம் என்றே சொல்லலாம். இது விற்பனை சார்ந்த அனைவருக்குமாக எழுதப்பட்டது என்கிறார் பேராசிரியர் ஒய். எல். ஆர். மூர்த்தி.

படித்துப் பார்க்கையில் உண்மை என்றேபடுகிறது.

ஒரு மனிதனைப்போல ஒரு பிராண்டும் பிறப்பு, வளர்ச்சி, தளர்ச்சி, அழிவு என அனைத்தையும் சந்திக்கிறது என்று ஆரம்பிக்கிறார் ஆசிரியர். சில பிராண்டுகளுக்கு அழிவு இல்லை; அல்லது ஆயுள் மிக அதிகம் என்றும் கூறுகிறார்.

தனியாகக் கருத்தாக்கம் செய்வதைவிட நிரூபிக்கப்பட்ட கூறுகளின் செயலாக்கம் மற்றும் இந்திய செயல்பாடுகள் பற்றி விவாதிக்கலாம் என்று கூறுவதிலிருந்து இது மாணவர்களுக்கு மட்டுமான புத்தகம் இல்லை என்று புரிகிறது.

ஒரு பிராண்டின் வெற்றி எது என்று விவரிக்கும்போது இயக்குனர் ஷங்கர் படம்போல வேகம் பிடிக்கிறது புத்தகம். பிராண்டை உருவாக்குதல், அதற்கு ஆளுமை வளர்த்தல், பிராண்டைச் சீரமைத்தல், பிராண்ட் தொடர்ச்சி, பிராண்ட் வெற்றி அல்லது தோல்வி எனத் தெளிவாகச் செல்கிறது புத்தகம்.

பிராண்டின் தத்துவங்கள், பிராண்டுக்காகச் செலவிட்ட முதலை எப்படித் திரும்பி எடுப்பது, விற்காத பொருளுக்கு ரீ-பிராண்டிங் செய்வது என அழகாக ஆராயப்பட்ட நூல் இது.

ஆனால், நிர்வாகயியல் படிக்காத ஒருவரும் புரிந்து கொள்ளும் வகையில் தொழில் சார்ந்த சாதரண உதாரணங்களை வரிக்கு வரி சரளமாக அள்ளித் தெளித்து இது தொழில் சார்ந்த அனைவருக்குமான புத்தகம் என நிரூபிக்கிறார் ஆசிரியர்.

எனக்குத் தெரிந்தவரை பிராண்டிங் என்பதெல்லாம் மிகப் பெரிய கம்பெனிகள் செலவு செய்யும் காரியம் என்ற தவறான எண்ணம் இங்கு உள்ளது. தவிர விளம்பரம்தான் பிராண்டிங் என்றும் பலர் நம்பிக் கொண்டிருக்கிறார்கள். சிலர், இயல்பாகச் சரியாகச் செய்து விட்டதால், அதன் மதிப்பைக்கூட உணராமல் இருக்கிறார்கள்.

கோலா பானத்துக்கு ஏன் நாம் விரும்பும் கதா நாயகன் தேவைப் படுகிறார்? பைக் மைலேஜ் பற்றி சந்தேகம் கேட்க ஏன் நடுத்தர நடிகர் வருகிறார்? ஆனால் குழந்தைகள் பற்கள் என்றாலோ மூளை வளர்ச்சி என்றாலோ முகம் தெரியாத டாக்டர்கள் வருகிறார்கள். கிளினிக் ஷாம்பூ என்ற பெயரே சந்தைக்கு வந்தவுடன் வெற்றி கொள்ள வைத்தது. இதெல்லாம்தான் பிராண்டிங் ரகசியங்கள்.

படிக்கையில் நினைவுக்கு வந்தது. இயக்குனர் வசந்த் ஒரு பேட்டியில் சொன்னதாக ஞாபகம். சரி, அதற்கு முன் உங்களையே கேட்கிறேன்: ரிதம் என்ற அவர் படம் டி.வி யில் பலமுறை வந்து பார்க்கப்பட்டு, நல்ல படம் என்றும் பெயர் எடுக்கப்பட்டது இல்லையா? ஆனால் ஏன் படம் ரிலீஸ் ஆனபோது ஓடவில்லை? முன்னணி நட்சத்திரங்கள், நல்ல இயக்குனர், உலகப் புகழ் ஏ.ஆர். ரகுமான் இசை, பெரிய பேனர், நல்ல தியேட்டர்கள் ரிலீஸ் என இருந்தும் மிகப் பெரிய தோல்வியைச் சந்தித்தது! ஏன்?

கதை செய்யப்பட்டது (அக்கால) பெண்கள் விரும்பிய அரவிந்த் சுவாமிக்கு. முதலில் வைத்த பெயர்: புன்னகை என்ன விலை? பாடல்களில் வைரமுத்து உருக்கியிருப்பார். ஆனால், தவிர்க்க முடியாத சில காரணங்களினால் அர்ஜுன் கதாநாயகன் ஆகிறார். ‘ஆக்‌ஷன் கிங்’ என்ற அடைமொழி வேறு. ‘ஐயோ பத்திக்கிச்சி’ என்ற ரம்யா கிருஷ்ணனின் விரக தாபப் பாடல் பட்டி தொட்டிக்கும் சென்றது. ஜோதிகாவும் மீனாவுமே அப்போது கவர்ச்சியாக நடித்துக் கொண்டி ருந்தவர்கள். எல்லாம் சேர்ந்து ஒரு மசாலா படத்தை எதிர்பார்க்க வைத்தது.

மனைவியை இழந்த அர்ஜுன் - கணவனை இழந்த மீனா இருவருக்கும் இடையிலான மென்மையான காதலை மசாலாவை எதிர்பார்த்துவந்த கூட்டம் முற்றும் நிராகரித்தது. ஆனால், நல்ல தரமான குடும்பப் படம் என்பதால் மீண்டும் மீண்டும் டி.வி.யில் வந்து சேனலுக்கு அள்ளிக் கொடுக்கிறது ரிதம்.

நம் வாடிக்கையாளர் யார், அவர் நம் பொருள் பற்றி என்ன நினைக்க வேண்டும், அதற்கான பெயர், லோகோ, ஈர்ப்பு வாசகம், நிறம், கொண்டு செல்லும் வழி, தோதான நட்சத்திரத் தேர்வு, வடிவமைப்பு இவை அனைத்தும் பிராண்டிங் சமாசாரங்கள்.

நல்ல பொருளை விளம்பரம் செய்தால் போதும் என்று நினைக்கும் நம்மைவிட, பிராண்டிங்குக்கு அதிகம் முக்கியத்துவம் தருவதால்தான் பன்னாட்டு நுகர்வுப் பொருட்களின் லாபமும் ஆயுட்காலமும் அதிகம்.

இன்று உலகம் முழுதும் எல்லா விற்பனைக்கும் வாடிக்கையாளர் உளவியல் ஆய்வுகள் நடந்த வண்ணம் உள்ளன. வாடிக்கையாளரின் மனத்தில் இருப்பது என்ன என்பதைத் தெரிந்துகொள்ள இன்று எல்லா மட்டங்களிலும் முயற்சிகள் மேற்கொள்ளப்படுகின்றன.

இந்த நூல் இந்திய எஃப்.எம்.சி.ஜி பொருட்களின் சகல வரலாற்றையும் எடுத்துரைக்கிறது. இதைப் படிக்கையில் நம் கம்பெனியில் எதைச் சரியாகச் செய்கிறோம்/ செய்யவில்லை என்று யோசிக்க முடிகிறது!

கொசுறாக ஒரு கருத்து: இந்தப் புத்தகத்தை ஆங்கிலத்தில் வெளியிட்ட பதிப்பகம் இந்த நூலைப் படித்துப் புரிந்துகொண்டிருந்தால், இன்னும் அழகான வடிவமைப்பில், சுண்டி இழுக்கும் அட்டைப் படத்துடன், இன்னும் பெரிய சந்தையில் விற்றிருக்கலாம்!

5

செல்வம் சேர்க்கும் வித்தை

The Richest Man in Babylon

George Samuel Clason

அம்பது நாட்களில் அம்பானி ஆகலாம் என்பது போன்ற ''எப்படி எப்படி?'' புத்தகங்கள் என்றால் எனக்கு அலர்ஜி. தவிர பண்டை நாகரிகங்களின் செல்வச் சூட்சமங்கள் என்றால் இன்றைய பொருளாதாரச்சூழலில் பொருந்துமா என்ற கேள்வி கண்டிப்பாக எனக்கு வரும்.

பாபிலோனிய சாம்ராஜ்ஜியத்தின் செல்வம் பற்றிய ரகசியங்கள் கூறும் புத்தகம்; அதுவும் ஒரு ஐரோப்பியர் 1926-ல் எழுதிய புத்தகத்தின் தூசி தட்டிய புதுப் பதிப்பு என்றால் ''ஆளை விடுங்கள் பாஸ்'' என்று ஓடியிருப்பேன். என்ன காரணமோ என் மாணவன் ஒருவன் இதை மிகவும் சிலாகித்துச் சொன்னவுடன் அவசர அவசரமாக வலையில் (வலைதளத்தில்) விழுந்து வாங்கினேன்.

சின்னப் புத்தகம். எளிமையான தொகுப்பு. ஆங்கிலம் ஷேக்ஸ்பியர் காலத்தைவிடப் பழசு. தவிர பண்டைய இஸ்லாமிய பண்பாட்டுச்சூழல் அதை மேலும் வேறுபடுத்தியது. ராஜா, போர் வீரன், அடிமை, பாலைவனம், ஒட்டகம், சவுக்கடி, ராணி, அடகுக்காரன், பொற்கொல்லன் எனத் தூக்கக் கலக்கத்தில் பழைய கமல் படம் ''விக்ரம்'' இடைவேளைக்குப் பிறகு பார்த்தது போலிருந்தது.

மறு நாள் (தன் முயற்சியில் சற்றும் தளராத- சே, இதுவும் ராஜா கதையா?) மீண்டும் படித்ததில் இது ஏன் அவ்வளவு முக்கியமான புத்தகம் என்று புரிந்தது. பின்னர் இடையில் நிறுத்த முடியவில்லை.

மண் வளமோ மழையோ இயற்கையின் எந்தக் கொடையும் கிடைக்காத ஒரு தேசம் எப்படி எதிரிகளால் வெல்ல முடியாத தேசமாயிற்று? எப்படி அந்தக் கோட்டை கதவுகள் காலத்தை மீறி நின்றன? அப்படிபட்ட ஊரின் மதி நுட்பமும், செல்வம் சேர்க்கும் திறனும் எப்படிப்பட்டது? இந்த சரித்திரப் புகழ் பெற்ற களத்திலிருந்து அகழ்வாராய்ச்சியில் கண்டெடுத்த களிமண் ஏடுகளில் உள்ள கதைகளையும் மீட்டெடுக்கிறார் ஜார்ஜ். எஸ்.கிலாஸன். அவரின் உழைப்பால் உலகுக்குக் கிடைத்த அரிய புதையல்தான் இப்புத்தகம்.

பன்சீர் என்ற தேர் செய்யும் கலைஞனும் கொப்பி என்ற இசைக் கலைஞனும் பேசிக்கொள்கிறார்கள். ''என்ன திறமை இருந்தும் ஏன் நம்மால் பணம் சம்பாதிக்க முடியவில்லை?'' சரி, ஊரின் மிகப் பெரிய பணக்காரன் அர்கத் என்ற தங்கள் பால்ய நண்பனைக் கேட்கலாம் என்று செல்கின்றனர்.

அர்கத் தான் செல்வந்தன் ஆன கதையைச் சொல்கிறான். இடையே

பல துணைக் கதைகள். இடையே சில தங்க விதிகள். இதுதான் இந்தப் புத்தகம்.

செல்வந்தர் ஆக ஏழு ஆதார விதிகள் கூறுகின்றனர்:

1. பத்து ரூபாய் சம்பாதித்தால் கட்டாயம் ஒரு ரூபாய் சேமியுங்கள்.

2. வரவுகள் ஏற அதற்கேற்ப செலவுகள் ஏறும். தேவைகளையும் ஆசைகளையும் குழப்பிக்கொள்ளாமல் செலவுகளைக் கட்டுப்படுத்தவும்.

3. தங்கத்தில் தொடர்ந்து முதலீடு செய்யுங்கள். நாளடைவில் அது உங்கள் சொத்து மதிப்பை உயர்த்தும்.

4. தங்கத்தை எந்தத் தொழில் முதலீட்டுக்காகவும் விற்காதீர்கள். அடகு வைக்காதீர்கள். இருப்பதை முழுவதுமாகக் காப்பாற்றுங்கள். எந்த இழப்புக்கும் ஆளாகாதீர்கள்.

5. சொந்த வீடு மிக முக்கியம். பாதுகாப்பான மனநிலையில் தொழில் செய்ய இது முக்கியம்.

6. வயோதிகத்துக்கு வயது உள்ளபோதே திட்டமிடுங்கள். எந்தச் சொத்தையும் கரைக்காமல் அன்றாடத் தேவைக்கு வருங்கால

வரவுகளை உறுதிப்படுத்திக் கொள்ளுங்கள்.

7. சம்பாதிக்கும் திறனைத் தொடர்ந்து வளர்த்துக் கொள்ளுங்கள். அதுதான் சொத்துக்களிலேயே மிகச் சிறந்த சொத்து.

தங்கத்தைப் பெரிதும் மதிக்கும் சமூகம் என்பதால் தங்கச் சேமிப்புக்கு அதிக முக்கியத்துவம் இப்புத்தகத்தில் தரப்பட்டுள்ளது. தங்கம் யாரிடம் தங்கும் தங்காது என்ற பட்டியல் அவ்வளவு எளிமையானது:

1. பத்து சதவிகித சேமிப்பு தொடர்ந்து செய்பவனிடம் தங்கம் எப்போதும் தங்கும்.

2. சரியான தொழிலில் உள்ளவனிடம் தங்கம் பெருகும்.

3. மிகக் கவனமாக எந்த முதலீட்டையும் செய்பவனை விட்டுத் தங்கம் எங்கும் போகாது.

4. தெரியாத தொழில் அல்லது திறமையில்லாத ஆளிடமிருந்து கண்டிப்பாகத் தங்கம் கண்டிப்பாக ஓடிவிடும்.

5. அதிக லாபத்துக்கு ஆசைப்பட்டு, அனுபவமில்லாத ஆட்களிடம் செய்யும் ஸ்பெகுலேஷன் துறைகள் எதுவும் தங்கத்துக்கு ஆகாது!

இந்தக் காலத்துக்கு இந்தப் புத்தகம் பயன்படுமா என்றால் என் பதில்: கண்டிப்பாகப் பயன்படும்!

ஒரே பாட்டில் பணக்காரன் ஆகும் திரை நாயகர்கள், ஒரே கம்பெனி ஆரம்பித்து கோடீஸ்வரன் ஆகும் நிஜ நாயகர்கள் எல்லாம் பெரும் பாலான மக்களின் மனதில் பல தவறான நம்பிக்கைகளை ஏற்படுத்தியுள்ளனர். பெரும்பாலான நடுத்தர, அடி மட்டக் குடும்பங்கள் பிழைக்க, வளமாக வாழ இந்தப் புத்தகம் குறைந்தபட்ச ஆதார விதிகளைத் தருகிறது. யோசித்தால் இவை அனைத்துமே நம் மண்ணின் நம்பிக்கைகள்தான்.

எவ்வளவு உலகமயமாக்கல் வந்தாலும் நம் ஆதார சேமிப்பு குணமும் கடனைச் சரியாகத் திருப்பிக்கட்டும் நேர்மையும், குடும்பம் பற்றிய பொறுப்பும்தான் நம் பொருளாதாரத்தைச் சரியாமல் காத்துக் கொண்டிருக்கிறது. இந்தப் புராதன விழுமியங்களை அயல் நாட்டுப் புதினத்தில் கண்டு படிப்பது மிக நிறைவாக உள்ளது.

ஆங்கிலத்தில் சக்கை போடு போடும் இந்த நூல் தமிழுக்குத் தேவை.

பல விஷயங்கள் நம் கலாசாரத்தை நினைவுபடுத்துகின்றன. தங்கை கணவன் தொழில் செய்யக் கடன் கேட்கிறான். அதில் அவனுக்கு

அனுபவம் இல்லை. அவன் ஜெயிப்பது மிகக் கடினம். கொடுத்தால் பணம் திரும்ப வராது. இல்லை என்று சொல்வது சிரமம். என்ன செய்ய?

ஓட்டை பானையில் எவ்வளவு ஊற்றினாலும் நிறையாது. ஊற்றா விட்டால் பொல்லாப்பு. எது சரியான தீர்மானம்? பணம் கொடுக்கக் கூடாது என்பதை அறிவுபூர்வமாக விளக்குகிறார். அதே நேரத்தில் எப்படியெல்லாம் உதவலாம் என்ற விளக்கமும் உள்ளது.

நம் அன்றாட வாழ்க்கையில் பல திறமைசாலிகள் பணம் செய்யத் தெரியாததாலும், அதைப் பாதுகாக்கத் தெரியாத காரணத்தாலும் மீளாத்துயரில் மூழ்குவதைப் பார்க்கிறோம்.

அதிர்ஷ்டம் என்பது வாய்ப்புகளைச் சரியாகக் கண்டெடுத்து பயன் படுத்திக்கொள்ளுதல்! ''தான் அதிர்ஷ்டசாலி என்று முழுமையாக நம்பி ஒவ்வொரு வாய்ப்பையும் சரியாகப் பயன்படுத்தித் திறமையாகத் தொழில் செய்பவனே செல்வந்தன் ஆகிறான்'' என்று முடிக்கும்போது புத்தகத்தின் நியாயம் புரிகிறது. தெளிந்த மனம், தீர்க்க அறிவு, நேரான வாழ்வு இவையெல்லாம் செல்வம் சேர அத்தியாவசியம் எனும்போது அறம் சார்ந்த பொருள் ஈட்டலை இப்படைப்பு மையப்படுத்துகிறது.

செல்வம் சேர லக்ஷ்மியின் அருள்வேண்டும் என்பார்கள். செல்வம் சேர்க்கும் வித்தையைப் படிக்க சரஸ்வதியின் அருள் கண்டிப்பாக வேண்டும் என்றும் சொல்லத் தோன்றுகிறது.

6

பார்வை ஒன்றே போதுமே!

In-Sight

Sankara Nethralaya's Passion for Compassion

Dr.K.Badrinath

மஹா பெரியவர் காஞ்சி ஸ்ரீ சந்திரசேகர சுவாமிக்கு இரண்டாம் கண்ணிலும் காட்ராக்ட் பாதிப்பு ஏற்படுகிறது. முதல் கண் ஏற்கனவே முற்றிலும் பார்வை இழந்திருந்த நிலையில் இந்த சிகிச்சை மிக முக்கியமானது. சில நாட்கள் தலைக்குக் குளிக்காமல் இருக்கவேண்டும் என்கிற மருத்துவ அறிவுரையைத் தன் பூஜை புனஸ்காரத்துக்காக மீறியதால் முதல் கண் பார்வை பறிபோனது. மஹா பெரியவரை யார் நிர்பந்திக்க முடியும்? தவிர யார் வைத்தியம் செய்யவேண்டும் என்பதையும் அவர்தானே முடிவு செய்யவேண்டும்!

அவர் தேர்ந்தெடுத்த கண் மருத்துவர் டாக்டர்.பத்ரிநாத்.

பரிசோதித்துப் பார்த்ததில் அறுவை சிகிச்சை அவசியம் என்று தெரிகிறது. சுவாமியும் சம்மதிக்கிறார். வரதராஜப் பெருமாள் கோயில் அருகே ஒரு மண்டபத்தை அவசரமாக அறுவை சிகிச்சை மையமாக மாற்றுகிறார்கள். தன் கடமையிலிருந்து சிறிதும் தவறாமல், எல்லாம் முறைப்படிச் செய்கிறார். சிகிச்சைக்குப் பின்னும் தினசரி தானே நேரில் சென்று மருந்து இட்டுப் பார்த்துக் கொள்கிறார். எல்லாவற்றுக்கும் ஒத்துழைத்த சுவாமி

சொல்கிறார்: '' என் கண் சரியானால்தான் அவர் மருத்துவத் தொழில் செழிக்கும். இல்லாவிட்டால் தேவையில்லாத அவப்பெயர் வரும். அதனால்தான் பூரணமாக ஒத்துழைத்தேன்!''

''அந்தப் பூரண ஒத்துழைப்பு மட்டுமல்ல, அன்பும் ஆசீர்வாதமும்தான் ''சங்கர நேத்ராலயா'' துவங்க வைத்தது. இன்று தழைக்க வைத்துள்ளது'' என்கிறார் டாக்டர் பத்ரிநாத்.

வி.வி.ரங்கநாதன், ஜார்ஜ் ஸகாரியா மற்றும் மீரா பிரசாத் எழுதியுள்ள '' In-Sight: Sankara Nethralaya's Passion for Compassion'' என்கிற இந்தப் புத்தகம் சங்கர நேத்ராலயாவின் சரித்திரம் சொல்லும் முயற்சி.

''என் சரிதை எழுதுவதாக இருந்தால் புத்தகமே வேண்டாம்'' என்று தீவிரமாக இருந்தவர் நேத்ராலயா பற்றிய புத்தகம் என்றபோதுதான் சம்மதிக்கிறார். அதுவும் அனைவரையும் பேட்டியெடுத்து போடச் சொன்னார்.

இவையெல்லாம் மீறியும் 'இது அவர்கள் மருத்துவமனைப் பற்றிப் பெருமை பேசும் புத்தகம்தான்' என்ற எண்ணம் இருந்தது. படித்து முடித்தபின் நாம் கொள்ளும் பெருமைதான் அதிகம்.

என் பார்வையில் இது ஒரு நிர்வாகப் புத்தகம்.

ஒரு சமூக நோக்கமுள்ள நிறுவனம் எப்படி வெற்றிகரமாகச் செயல்பட முடியும் என்பதற்கான ஆவணம்.

இன்று Social Entrepreneurship என்பது உலகம் முழுவதும் பேசப்படும் ஒரு நிறுவன வகை. தொண்டு நிறுவனங்கள் வியாபார நிறுவனங்களைப்போலத் திறமையாகச் செயல்படுதல் இதன் சிறப்பு.

சங்கர நேத்ராலயா இந்த வகை நிறுவனம் என்பதால் இந்தப் புத்தகத்தை ஆய்வு செய்தல் அவசியம்.

1978ல் ஆரம்பித்த நிறுவனம் இன்று ஆலமரமாக வளர்ந்து மருத்துவ சிகிச்சை, ஆராய்ச்சி, கல்வி, தொழில் நுட்பம், சமூகப்பணி என இன்று ஒரு பெரும் மக்கள் நல இயக்கமாக வளர்ந்துள்ளது.

எப்படி வந்தது இந்த வளர்ச்சி?

பல்கிவாலாவின் வார்த்தைகளில் சொல்வதானால் ''சங்கர நேத்ராலயா தான் நான் பார்த்ததிலேயே மிகச் சிறப்பாக இயங்கும் மிகச் சுத்தமான மருத்துவமனை!'' அவர் தன் சொத்தில் இரண்டு கோடியை எழுதி வைத்ததற்கும், டாடா குழுமத்திடம் நன்கொடை அளிக்கப் பரிந்துரைத்தற்கும் நேத்ராலயாவின் கடமை மற்றும் அர்ப்பணிப்பு உணர்வுதான் காரணம்.

ஒரு நிறுவனம் வெற்றி பெறத் தேவையான அனைத்தும் நேத்ராலயாவில் உள்ளது. சரியான தலைமை, தலைவரின் தெளிவான பார்வை, பணியாளர்களை ''முன் மாதிரி''யாக வழி நடத்துதல், தொழில் திறன், சந்தை பற்றிய அறிவு, மாற்றங்களைச் சுலபமாக ஏற்றுக்கொள்ளுதல், சமரசம் செய்து கொள்ளாத அடிப்படை விழுமியங்கள், ஒளிவு மறைவு இல்லாத வழிமுறைகள் இப்படி அடுக்கிக்கொண்டே போகலாம்.

சில எண்ணங்களும் செயல்பாடுகளும் குறிப்பிடத்தகுந்தது.

மிக ஆரம்ப காலத்திலேயே தனியுரிமை தவிர்த்து, டிரஸ்ட், சொசைட்டி எனப் பிறர் கண்காணிப்பில், ஆதரவில் மருத்துவமனையை வளர்க்க நினைத்தார் டாக்டர். பத்ரிநாத். அதேபோல் மற்ற கண் மருத்துவ மனைகளைப் போட்டியாளர்களாகப் பார்க்காமல் எல்லாருடனும் கூட்டுச் செயல்பாடுகளை ஊக்குவிக்கிறார். அணுகுமுறையில் நேர் எதிரான அப்போலோ மருத்துவமனை அதிபர் டாக்டர் ரெட்டி இவருக்குச் சிறந்த நண்பர்!

இந்த மருத்துவமனையில் சிகிச்சை பெற்ற பிரபலங்கள் பட்டியல் ரொம்ப நீளம். எம். எஸ். சுப்புலட்சுமி நிதி திரட்டப் பாடியிருக்கிறார். உலகப் புகழ் நிர்வாக மேதை சி.கே.பிரகலாத் நேத்ராலயாவுக்கு நிதி திரட்ட அமெரிக்காவில் உரை நிகழ்த்தினார். ரஜினிகாந்த் நடிக்க இயக்குனர் எஸ்.பி. முத்துராமன் படம் எடுத்துக் கொடுத்துள்ளார்- கண் தானம் பற்றி.

புத்தகத்தின் ஒவ்வொரு அத்தியாயத்திலும் டாஃபே மல்லிகா ஸ்ரீனிவாசன், எல் - டி நாயக், ஹெச்.எஃப்.டி.சி. தீபக் பரேக், தி இந்து முரளி, பாரதி மிட்டல், அப்போலோ பிரதாப் ரெட்டி என கனமான மனிதர்களின் கனமான பங்களிப்பு. ஹார்வர்ட் பிசினெஸ் ரெவ்யூ படிக்கிற உணர்வு.

உலகின் தலை சிறந்த நிறுவனங்கள் மற்றும் மனிதர்களின் தொடர் போடும் ஆதரவோடும் ஏழை இந்தியாவின் பார்வை ஒன்று மட்டுமே தங்கள் இலக்கு எனத் தொண்டு புரிகிறது நேத்ராலயா.

வருங்கால சவால்களையும் அலசுகிறது புத்தகம். தொழில் நுட்பமோ, நிதியோ, சேவை முறைகளோ நிஜமான சவால்கள் அல்ல. மனித வளம்தான் வருங்கால சவால் என்கிறது.

டேவிட் போர்ன்ஸ்டென் ''சமூகத் தொழிலதிபர்கள் (social entrepreneurs)'' பற்றிக் கூறுகையில் அவர்களுக்கு 6 குணங்களை ஆதாரமாகக் கூறுகிறார்:

1. தன்னைத் திருத்திக் கொள்ள/ மாற்றிக் கொள்ள எப்பொழுதும் தயாராக இருத்தல்

2. வருவதைப் பங்கிடத் தயாராக இருத்தல்

3. பழைய நிறுவனக் கட்டமைப்புகளிலிருந்து விடுபடுதல்

4. மற்ற துறையினருடன் உறவாடத் தயாராக இருத்தல்

5. அமைதியாக ஆரவாரம் இல்லாமல் பணியாற்றல்

6. அப்பழுக்கில்லாத ஒழுக்கம் காத்தல்

இவை அனைத்தும் சங்கர நேத்ராலயாவுக்கும் டாக்டர் பத்ரிநாத்துக்கும் பொருந்தும்.

ஒவ்வொரு சமூகப் பணியாளரும் தொழில் முனைவரும் அவசியம் படிக்க வேண்டிய நூல்.

சமூகத்துக்கு உதவும் பிசினஸ் ஐடியா உள்ளதா? ஒரு முறை சங்கரா சங்கரா என்று நேத்ராலயாவைச் சுற்றிப் பாருங்கள். அல்லது இந்தப் புத்தகத்தைப் படியுங்கள்!

7

வறுமைக்குள் ஒரு சந்தை

The Fortune at the Bottom of the Pyramid

Eradicating Poverty Through Profits

C. K. Prahalad

சி.கே. பிரகலாத் என்று உலகம் அறிந்த கோயம்புத்தூர் கிருஷ்ணாராவ் பிரகலாத் ''மையப் (தனித்தன்மை வாய்ந்த) போட்டித்திறன்'' (Core Competence) என்ற நிர்வாகக் கருத்தின் தந்தை. சந்தை போட்டியில் ஜெயிக்க உங்கள் நிறுவனத்துக்கென்று உள்ள தனித்திறமைகளை மட்டும் நம்புங்கள் என்று சொல்லிப் பல நிறுவனங்களைக் காப்பாற்றியவர்.

மிச்சிகன் பல்கலைக்கழகத்தில் பேராசிரியராகப் பணி புரிந்து உலகின் தலை சிறந்த நிர்வாக ஆசிரியர் எனப் பெயர் பெற்றவர். 2009ல் அமெரிக்க வாழ் இந்தியராக இருந்த இவருக்கு இந்திய அரசு பத்மபூஷன் விருது அளித்தது. இவர் மறைந்த ஆண்டு 2010.

இவரின் அதிக விற்பனை ஆகும் புத்தகம் The Fortune at the Bottom of the Pyramid: Eradicating Poverty Through Profits.

உலக நாடுகளில் அதிக மக்கள் வாழ்வது அடித்தட்டுகளில் தான். சுமார் 400 கோடி மக்கள் 2 டாலருக்கு (சுமார் ரூ 120) குறைவான தினசரி வருமானத்தில்தான் ஜீவித்துக் கொண்டிருக்கிறார்கள். இவர்களின் வாழ்வாதாரப்

பிரச்னையை அரசாங்கங்களும் ஐக்கிய நாடுகள் சபை மற்றும் தன்னார்வத் தொண்டு நிறுவனங்களும் மட்டும் அக்கறைப்பட்டு வந்த சூழ்நிலையில், தனியார் வியாபார நிறுவனங்கள் இந்தத் தட்டைக் கவனிக்கலாம்; சந்தைப்படுத்தலாம்; வியாபாரமும் பெருகும்; வறுமையும் ஒழியும் என்று இந்தப் புத்தகத்தில் கூறுகிறார் சி.கே.பிரகலாத்.

புத்தகம் புதிதாக வெளிவந்தவுடன் அதை அவசரமாக வாசித்த காலத்திலும், பின்னர் சென்னை புத்தகக் கண்காட்சியில் அவர் பேச்சைக் கேட்ட பொழுதிலும் நான் கிட்டத்தட்ட இந்தப் புத்தகம் பற்றிப் பித்துப் பிடித்த நிலையில் இருந்தது நிஜம்.

''இவர்கள் ஏழைகள்; இவர்களிடம் வாங்கும் திறன் இல்லை'' என்று எண்ணுவது பேதமை. அவர்கள் நுகரும் அளவில், குறைந்த விலையில், நூதனமாகக் கொண்டு சென்றால் அங்கு பெரிய சந்தை உள்ளது. தரம் குறைந்த பொருட்களும் சேவைகளையும் அனுபவித்து வரும் அடிமட்ட மக்களும் இதனால் பொருளாதார வளர்ச்சி பெறுவார்கள் என்கிறார்.

ஹிந்துஸ்தான் லீவரின் ''ரின் ஷக்தி'', ''சன் சில்க்'' சாஷே, அரவிந்த் கண் மருத்துவமனையின் உலகத் தர, மிகக் குறைந்த விலை கண் சிகிச்சை, ஜெய்ப்பூர் கம்பளிகள் என உள்ளூர் நிலவரங்களைக் கருத்தில் கொண்டு ஏற்படுத்தப்பட்ட புதிய சந்தைகளை அலசுகிறது புத்தகம். இந்தியா மட்டும் இல்லாமல் பெரு, பிரேசில், மெக்சிகோ மற்றும் வெனிசுலா நாடுகளிலிருந்தும் உதாரணங்கள் தருகிறார்.

வறுமையை ஒழிக்கலாம் என்று ஒரு நிர்வாக மேதை சொன்னது, நம் நாட்டு வெற்றிக்கதைகளை எழுதியது, உலகம் முழுவதும் இது போன்ற கதைகள் உள்ளது எனக் காட்டியது, வணிகமும் சமூக நலமும் ஒரு கோட்டில் சேர்கிறது என்று புரட்சியாகப் பறை சாற்றியது அனைத்தும் எனக்கு ஒத்துப்போனது.

இதைப்பற்றி முன்னர் பேசிய காலங்களில் மிகவும் பாராட்டியே எழுதியும் பேசியும் வந்துள்ளேன். ஆனால், இந்த மதிப்புரை எழுத மீண்டும் படித்தபோது பல புதிய கேள்விகள் எழுந்தன.

கர்ணன் படத்தைச் சிறுவனாக முழுவதுமாக அனுபவித்து ரசித்தேன். இத்தனை வருடங்கள் கழித்து மீண்டும் அகண்ட திரையில் பார்த்த போது பல காட்சிகள் ரசித்தேன். பல காட்சிகள் உறுத்தின. மாறியது நான்தான். அதுபோலத்தான் ஆனது இந்த மதிப்புரையும். தவிர புத்தகம் பற்றி எழுந்த பல சர்ச்சைகளைப் படித்தபோது அவற்றுள் பல கேள்விகள் நியாயமாகப்படுகிறது.

அவற்றுள் சில:

இது புதிய கருத்தாக்கமே அல்ல. அமுல் ஏற்கனவே அடித்தட்டு மக்களை இணைத்துத்தான் தோன்றியது. அவர்களுக்கே அது முழுவதும் பலனளிக்கவும் செய்தது.

'நிர்மா'வின் வளர்ச்சியைத் தடுக்கத்தான் குறைந்த விலை சந்தைக்குள் 'வீல் வீல்' எனக் கத்திக்கொண்டு ஹிந்துஸ்தான் லீவர் உள்ளே வந்தது (Wheel சார்!). இது ஒரு தற்காலிகச் செயல்பாடுதான். இது போன்ற சந்தைகளிலிருந்து ஹெச்.எல்.எல். பல முறை வெளியே வந்துள்ளது குறிப்பிடத்தக்கது.

சாஷே புரட்சியை மையமாக வைத்துத்தான் ஷாம்பூ, பிஸ்கட், பற்பசை, தேங்காய் எண்ணெய் எல்லாம் குறைந்த விலையில் - அளவில் வினியோகிக்கலாம் என்று கூறுகிறார். இவற்றால் ஏற்படும் சுற்றுப்புறச் சூழ்நிலை பாதிப்பும் அடித்தட்டு மக்களைத்தான் அதிகம் பாதிக்கும் என்பதை ஏன் கருத்தில் கொள்ளவில்லை?

தவிர, சாஷேவை முதன் முதலில் அறிமுகம் செய்த வெல்வெட் பற்றியோ, ''சிக்'' மூலம் ஹெச். எல்.எல்.ஐ இந்தச் சந்தைக்குள் சிக்க வைத்த கெவின் கேர் பற்றியோ எந்தக் குறிப்பும் இல்லையே ஏன்?

பத்து வருடத்துக்கு முன் BOP (Bottom cf Pyramid) சந்தையில் நுழைந்த பலர் இன்று தங்கள் இருப்பைத் தக்கவைத்துக்கொள்ள முடியவில்லை. ஏன்?

இவை அனைத்தையும்விட எனக்குத் தோன்றிய கேள்வி: அடி மட்ட மக்களின் உற்பத்தித்திறனைப் பெருக்குவதைவிட்டுவிட்டு அவர்களை நுகர்வோர்களாக மாற்றுவது எப்படி அவர்கள் வறுமையை விரட்டும்?

இந்தச் சந்தை வடிவம் வறுமையை ஒழிக்கும் என்பது என் ஆதர்ச எழுத்தாளர் சுஜாதா பாஷையில் சொன்னால் ''உட்டாலக்கடி!'' ஆனால், அடிமட்டச் சந்தை ஒன்று உள்ளது என்பது நிஜம். அதைப் பல பெரிய வணிக நிறுவனங்கள் பெரிதாகக் கண்டு கொள்வதில்லை என்பது நிஜம். பெரிதாக ஜெயிக்க இந்தச் சந்தை அறிதல் மிக முக்கியம் என்பது சத்தியம்.

எல்லாக் காலங்களிலும் அடிமட்டச் சந்தையைப் புரிந்தவர்கள் ஜெயித்திருக்கிறார்கள். 1967 ல் தமிழ் நாட்டில் காங்கிரஸ் தோற்றது இதைப் புரிந்து கொள்ள முயலாததனால்தான். அறிஞர் அண்ணா அரியணை ஏறியதும் அதனால்தான்.

பெரிய கம்பெனி படங்கள் தோற்றாலும் ராம நாராயணன் படங்கள் ஜெயிப்பதும் அதனால்தான்!

இன்றைய தொழில் சூழ்நிலையில் சில்லறைத் தொழில், வர்த்தகம், சேவைத் துறை, கல்வி, மருத்துவம் என அனைத்தையும் பிழைக்க வைப்பது BOP தான்!

பெரிய ஓட்டலில் ஆட்கள் இல்லை. சின்னக் கடைகளில் கூட்டம் குறையவில்லை. பல பெரிய பிராண்டுகள் திறந்தும் மூடியும் உள்ள நிலையில் சில சின்னக் கடைகளில் அதே விசுவாசமான வாடிக்கையாளர்களுடன் சக்கைபோடு போட்டுக் கொண்டிருக்கிறார்கள்.

வெளி நாட்டு கோலா பானங்களைவிட நம்ம ஊரு போவன்டோ இன்னமும் சின்ன ஊர்களில் பட்டையைக் கிளப்பிக் கொண்டிருக்கிறது.

உங்கள் வியாபாரம் அடிமட்ட ஏழை மக்களின் சந்தையில் அதிர்ஷ்டத்தைத் தேடினால் சில காலம் பிழைக்கும். ஆனால், அதே ஏழை மக்களுக்கு அதிர்ஷ்டத்தைக் கொடுத்தால் பல்லாண்டு தழைக்கும்.

என் பிரிய உதாரணங்கள் வங்க தேசத்தைச் சேர்ந்த கிராமீன் வங்கி மற்றும் ஸ்ரீ மகிளா கிரஹ உத்யோக், லிஜ்ஜட் பப்பட்.

20 லட்சம் பிரதிகள் விற்ற இந்தப் புத்தகம் வணிகம் சார்ந்த அனைவரும் அவசியம் படிக்க வேண்டியதே!

8

அங்காடித் தெருவிற்கு ஒரு கீதை

Isn't It Obvious?

Eliyahu M. Goldratt

சில்லறை வணிகம் இன்று பெரும் கொந்தளிப்பில் உள்ளது.

தங்கம், ஆடை அணிகலன்கள், காலணிகள், கை பேசிகள், புத்தகங்கள், உணவகங்கள், மளிகை, காய்கறி பழங்கள் என ஒவ்வொரு துறையிலும் பெரும் வணிக நிறுவனங்கள் கால் பதித்துவிட்டன. ஒரு புறம், சிறு கடைகள் வருங்காலம் பற்றிய பயத்தில் இருக்க, பெரிதாக முதலீடு செய்த பல வணிக நிறுவனங்கள் இன்னும் லாபம் பார்க்க முடியாமல் திணறுவதும் நிஜம்.

திறந்தும் மூடியும் இடம் மாற்றியும் பெயர் மாற்றியும் பல பெரிய பிராண்டுகள் பாயை பிறாண்டிக் கொண்டிருக் கின்றன- என்ன செய்வது என்று தெரியாமல்!

''அப்படியெல்லாம் இல்லை'' என்று சொல்வோர் ஒரு கேள்விக்கு மட்டும் பதில் சொல்லட்டும்: ''தள்ளுபடி விற்பனை ஏன்?'' அதிக வாடிக்கையாளர்களைக் கடைக்குள் கொண்டு வரும் வியூகம் என்றால் அதை வருடம் முழுவதும் செய்யலாமே? உண்மை என்னவென்றால் அதிகமாகக் குவிந்த சரக்கை விற்றுத் தீர்க்கத்தான் இந்தத் தள்ளுபடி.

அதிகமாகச் சரக்கு ஏன் குவிகிறது? அதன் இன்வண்டரி மதிப்பு என்ன? எவ்வளவு விற்பனை ஆகும் என எப்படி

அறிவது? எவ்வளவு சரக்கு தக்கவைப்பது? எவ்வளவு முதலீட்டைச் சரக்கு வாங்குவதில் முடக்குவது? கேட்ட பொருள் இல்லை என்றால் வாடிக்கையாளரை இழக்கிறோம். வாங்கிய பொருள் விற்காமல் வைத்தால் நிதி இழப்பு. இதுதான் சில்லறைத் தொழிலின் சிக்கல்.

இந்தச் சக்கர வியூகத்தைப் பாதி கற்று உள்ளே நுழைந்து மாட்டிக் கொள்ளும் அபிமன்யூகள் இங்கு அதிகம். முழுவதும் அறிய Isn't It Obvious? படிக்கலாம்!

எலியாஹூ கோல்ட்ராட் Theory of Constraint (TOC) எனும் நிர்வாகக் கோட்பாட்டை முன்வைத்தவர். நாவல் வடிவில் நிர்வாகக் கருத்துகளை சுவாரசியமாக எழுதியவர். 1984ல் Goal என்ற நாவலில் ஒரு உற்பத்தி சார்ந்த தொழிற்சாலையில் TOC மூலம் ஏற்படும் மாற்றங்களை விறுவிறுப்பாகப் பதிவு செய்தவர். (இது விகடனில் தொடராகவும் பின் புத்தகமாகவும் வெளிவந்துள்ளது!).

உற்பத்தித் துறைக்கு Goal என்றால் சில்லறைத் துறைக்கு Isn't It Obvious என்று சொல்லலாம். 2010ல் வெளிவந்த இந்தப் புத்தகத்தை மலிவு விலை இந்தியப் பதிப்பாக வெளியிட்டுள்ளனர் சென்னையைச் சேர்ந்த புரடக்டிவிட்டி - குவாலிட்டி பப்ளிஷிங் நிறுவனம்.

இதுவும் ஒரு நாவல் வடிவம்தான்.

பால்- கரோலின் தம்பதியினர் துணிக் கடை வியாபாரத்தில் உள்ளனர். ஒரு விபத்தில் கடையில் உள்ள சரக்கைக் கிடங்கில் போட்டுத் தினசரி கணக்குக்கு எடுத்துப் பயன்படுத்தப் போக, அது அந்தக் கிளையின் லாபத்தை உயர்த்திக் காட்டுகிறது. முதலில் கணக்காளர் தவறு அல்லது கம்ப்யூட்டர் தவறு என்று நினைக்கிறார்கள். பின்னர் தேவைக்கு ஏற்ப மட்டும் சரக்கு எடுத்து விற்கும் சூட்சுமம் புரிகிறது. தொடர்ந்து இதை நடைமுறைப்படுத்த அவர்கள் எடுக்கும் நடவடிக்கைகளும், பின்னர் மற்ற அனைத்துக் கிளைகளையும் தன் புது சப்ளை செயின் உத்திக்குக் கொண்டு வந்து ஜெயிப்பதுதான் கதை.

இது வெறும் ஃபார்முலா கதை அல்ல. மனிதர்கள் மாறுதல்களை எப்படிக் கையாள்கிறார்கள் என்பதை உளவியல்ரீதியாக விளக்கும் கதை. மாற்றத்தை விரும்பும் ஒவ்வொரு நிறுவனமும் அதற்கு ஆசைப் பட்டால் மட்டும் போதாது. மக்களின் பயத்தையும் எதிர்ப்பையும் எதிர்கொண்டு செயல்படத் தெரியவேண்டும். இது அவர் எல்லாப் புத்தகங்களிலும் ஆலோசனைத் திட்டங்களிலும் தொடர்ந்து வலியுறுத்தும் கருத்து. இதுதான் என்னை அவரிடம் நாட்டம் கொள்ள வைத்தது.

2006ல் சென்னைக்கு வந்திருந்தார் கோல்ட்ராட். நாலு வருடங்களில் உங்கள் டர்ன் ஓவரை லாபமாக மாற்றும் ''வையபிள் விஷன்'' பயிலரங்கம் நடத்தினார். அதற்காகத்தான் அவசரமாக கோல் புத்தகம் படிக்கப் போய்த்தான் அவரது உலகத்துக்குள் நுழைந்தேன். பிறகு லீசா ஷீன்கோஃப் நடத்திய ''சிந்தனைத் திறன்கள்'' 10 நாட்கள் பயிற்சி TOC யை விற்பனை உலகில் கையாள்வது எப்படி என்று கற்றுத் தந்தது. அந்த உத்திகளை இந்தப் புத்தகத்தில் மீண்டும் படிக்க முடிந்தது.

எந்த முட்டுக்கட்டையை முக்கியக் காரணமாக எடுத்துக் கையாண்டால் கம்பெனியில் மிகப் பெரிய மாற்றம் வருமோ (அதுதான் Constraint!) அதை மட்டும் எடுத்துக்கொண்டு, மற்ற விஷயங்களை அதற்குப் பின் தள்ளிவிடுதல் TOC யின் மையக்கருத்து.

உலகின் தலை சிறந்த தொழில் சிந்தனையாளராகச் செயல்பட்ட கோல்ட்ராட் 2011ல் காலமானார். இது அவரின் கடைசிப் புத்தகம்.

நூற்றுக்கணக்கான தொழில் நிறுவனங்களைக் கை தூக்கிவிட்ட இவரின் முதல் இந்திய வாடிக்கையாளர் டாடா ஸ்டீல் நிறுவனத்தினர்.

சரி, மீண்டும் சில்லறைத்துறைக்கு வருவோம். இது யாருக்குத் தேவை? சிறிதும் இல்லாமல் பெரிதும் இல்லாமல் நடுத்தரமாக இயங்கும் அனைத்துக் கடைகளுக்கு மிகவும் உடனடியாகப் பயன்படும். ஏன் நடுத்தரம்? தனியாளாகக் கடை நடத்தும் சிறு கடைகளில், சரக்கு வாங்குதல், நிதி கையாளுதல், விற்றல் என அனைத்தையும் ஒரே நபர் செய்வதால் விரயம் குறைவு. வியாபாரத்தைப் பெரிதுபடுத்த வழி தெரியாவிட்டாலும் இவர்களால் நஷ்டம் இல்லாமல் கடை நடத்த முடியும்.

மிகப் பெரிய மால்களில் விரயங்கள் இருந்தாலும் முதலீடுகள் அதிகம் மற்றும் இவர்களுக்கு தொழில் நுட்பம், நிதி உதவி அனைத்தும் சாதகமாக உள்ளது. ஆனால், இரண்டுக்கும் இடையில் உள்ள கடைகள் தான் அதிகம் சிரமப்படுகின்றன. ஒரே ஆள் அனைத்தையும் கையாள முடியாத நிலை. அதே நேரத்தில் பெரிதாக நிதி முதலீடும் தொடர்ந்து செய்ய முடியாது. இந்தச் சூழ்நிலையில் சரியான பொருட்களைச் சரியான சந்தையில் விற்கும் பட்சத்தில் Replenishment சார்ந்த விஷயங்கள்தான் உங்களை இந்தத் தொழிலில் தக்க வைக்கும். எப்படி என்பதை விரிவாக விளக்குகிறது புத்தகம்.

ஒரு திரைக்கதை போல் லாவகமாகச் செல்கிறது புத்தகம். எந்தத் தொழில் செய்தாலும் இந்தக் கதாநாயகனின் பயணம் உங்களுக்கு சுவாரசியமாகப் படும். ஒரு துப்பறியும் கதைக்கான நடை தெரிகிறது. கோல்ட்ராட்டுடன் இணைந்து எழுதிய இலான் மற்றும் ஜோ

இருவருக்கும் உள்ள ஹாலிவுட் அனுபவம் இந்தப் புத்தகத்தைச் செழுமைப்படுத்தியுள்ளது.

அச்சு பிச்சு காமடிப் படம் எடுத்துக் காயம்பட்டுள்ள தயாரிப்பாளர் யாராவது நிஜமாகவே வித்தியாசமாய் ஒரு கமர்ஷியல் படம் எடுக்கலாம் என்றால் உடனடியாக இதைச் செய்யலாம்!

9

எப்படி ஜெயித்தார்கள் இவர்கள்?

The Start Up Diaries

Neeti Jain - Gagan Jain

விடிந்தால் தீபாவளி. ஃபனிந்திர சாமாவுக்கு பண்டிகை கொண்டாட வீடு செல்லவேண்டும். பெங்களூரிலிருந்து ஹைதராபாத்துக்கு பஸ்ஸில் டிக்கெட்வேண்டும். நான்கு மணி நேரம் அலைந்தும் பஸ்ஸில் டிக்கெட் கிடைக்க வில்லை. அனைத்து இடங்களிலும் கேட்டாயிற்று. எல்லா ஏஜண்ட்களிடமும் பேசியாயிற்று நேரிலும் போனிலும். நெரிசலும் அலைக்கழிப்பும்தான் மிச்சம். பெருத்த ஏமாற்றத்துடன் வீடு திரும்புகிறார்.

பெங்களூரில் பெரிய மென்பொருள் நிறுவனத்தில் வேலை. மாதம் ஒரு லட்ச ரூபாய் சம்பளம். எல்லாம் இருந்தும் ஒரு பஸ் டிக்கெட் வாங்க முடியவில்லை. சாமாவின் மனம் கிளர்ச்சியாகவே இருக்கிறது.

எந்த பஸ்ஸிலும் டிக்கெட் இல்லை என்றால் ஏன் இத்தனை கூட்டம்? எல்லாரும் ஏமாற்றமாகத் திரும்ப வில்லையே? சிலருக்குக் கிடைக்கிறது சிலருக்குக் கிடைக்கவில்லை என்றால் கிடைக்குமா இல்லையா என்பது சிதம்பர ரகசியமா?

அதேபோல ஊரைத் தாண்டும் அனைத்துப் பேருந்துகளும் ஒரு சீட் கூடக் காலி இல்லாமல் செல்கிறது என்பதும் உண்மையில்லை. ஒவ்வொரு பஸ் முதலாளியும் பல

இடங்களில் அலுவலகம் வைத்து, பல முகவர்கள் நியமித்து, பல விலைகளில் விற்று எல்லாம் செய்தும் பல நாட்களில் ஆட்கள் நிறையாமல் வண்டியை ஓட்டிக்கொண்டிருக்கிறார்கள் என்பதுதான் உண்மை. அப்படியானால், எந்த வண்டியில் எத்தனை சீட், எந்த சீட் உள்ளது என்று எல்லாருக்கும் எல்லா நேரமும் தெரிந்தால் எப்படி இருக்கும்? இதை ஒரு மென்பொருள் செய்ய முடியாதா?

பிட்ஸ் பிலானியில் படித்த மென்பொருள் மூளை சகலத்தையும் யோசிக்கிறது. ஊரெங்கும் தீபாவளிக்குப் பட்டாசு வெடித்துக் கொண்டிருக்க சாமா பஸ் முதலாளிகளுக்கு மென்பொருள் எழுதுவது பற்றித் தீவிரமாக யோசித்தார்.

விடுமுறை விட்டு வந்த சகாக்களிடமும் இதைச் சொல்ல அந்த ஆந்திர நண்பர்களும் இந்தக் காய்ச்சலில் கலந்து கொண்டு மூன்று நாட்கள் கம்பெனிக்கு மட்டம் அடித்து ஒரு புதிய தொழிலுக்குப் பிள்ளையார் சுழி போடுகிறார்கள். இதுதான் Red Bus பிறந்த கதை.

எப்படி ஜெயித்தார்கள் இவர்கள் என்று ஆறு ஸ்டார்ட் அப் கம்பெனிகளின் சுருக்கமான வரலாறு கொண்ட புத்தகம்தான் The Start Up Diaries. இதுபோலப் பல புத்தகங்கள் வந்தாலும் இதைப் பற்றிப் பேச முக்கிய காரணம் ஒன்றுதான்: இவர்கள் சம்பந்தப்பட்ட நிறுவனர்களிடம் நேர்காணல் செய்து அவர்களின் வெற்றிக் கதைகளாக மட்டும் இதை எழுதாது அவர்கள் செய்த தவறுகள், மடத்தனங்கள், பட்ட தோல்விகள், அவமானங்கள் என சகலத்தையும் எழுதியுள்ளதால் தொழில் ஆரம்பிக்க நினைக்கும் இளைஞர்கள் அனைவருக்கும் இதைப் பரிந்துரைக்கிறேன்.

இதை எழுதிய நீதி ஜெயின்- ககன் ஜெயின் தம்பதியினரும் தொழில் முனைவோர்கள் என்பதால் மிகச் சிறப்பாக வந்துள்ளது புத்தகம். முன்னுரை எழுதிய மா ஃபா பாண்டியராஜனும் முதல் தலைமுறை தொழிலதிபர் என்பதால் அந்த எழுத்துகளும் நூலுக்கு வலு சேர்க்கிறது.

சாமாவின் கதை மட்டுமல்ல ONE 97 விஜய் சேகர் ஷர்மா, EKO

அபினவ் சின்ஹா மற்றும் அபிஷேக் சின்ஹா, COLOSCEUM MEDIA அஜித் அந்தாரே, THE LOOT ஜெய் குப்தா - YO!CHINA ஆஷிஷ் தேவ் கபூர் ஆகியோர் கதைகளும் சுவாரசியமானவை.

எல்லாக் கதைகளிலும் சில பொதுத் தன்மைகள் உள்ளன:

- அனைவரும் நடுத்தர வர்க்கத்தைச் சேர்ந்தவர்கள். யாருமே வெள்ளிக் கரண்டியுடன் பிறக்கவில்லை.

- அனைவருக்கும் ஆதாரம் கல்லூரிப் படிப்பும் ஒரு நிறுவன வேலையும் மட்டுமே.
- யாரும் எடுத்தவுடன் வெற்றி பெறவில்லை. கடன், நஷ்டம், பங்குதாரர்கள் பிரிவு, துரோகம் எனச் சந்தித்த பின்னும் மீண்டும் முயற்சிக்கத் தயங்காதவர்கள் அனைவரும்.
- தொழில் நுட்பத்துக்கு இவர்கள் அனைவரின் பிசினஸ் மாடலில் முக்கிய பங்கு இருந்தது. இருக்கிறது.
- சரியாகத் தொழில் புரியும்போது அனைவருக்குமே ஒரு தேவ தூதர் நிதி அளிக்கவோ, வழி நடத்தவோ, தொழிலில் பங்கு கொள்ளவோ வருகிறார்.
- குறைந்தது 5 வருடங்களாவது சம்பளம், லாபம், வசதிகள் என எதிர்பார்க்காமல் வேலை செய்துள்ளார்கள்.
- ஸ்டார்ட் அப் சூத்திரம் தெரிந்து வெற்றி கண்ட பின் அதிலிருந்து வெளியேறியோ/ வெளியேறாமலோ பிற ஸ்டார்ட் அப்புகளுக்கு நிதி அளித்து வழி நடத்துகிறார்கள்.

ஒரு கம்பெனியை துவக்கி, நடத்தி, அதன் மதிப்பீட்டைப் பெருக்கி, தக்க நேரத்தில் வெளியேறிக் கணிசமான லாபத்துடன் அடுத்த கனவைத் திடமாகத் துவக்கும் இவர்கள் போன்றோரை Serial Entrepreneurs என்கிறோம். இந்த விளையாட்டு பிடிபட இந்த நூல் படிக்கலாம்.

40 பக்கத்துக்கு ஒரு கம்பெனி கதை என்பதால் ஒரு நாவல் படிக்கும் சௌகரியத்துடன் சுலபமாகச் செல்கிறது. நடுவில் அறிவுரைகள், பொழிப்புரைகள் இல்லாதிருப்பது பெரிய ஆறுதல்.

தொழில் துவங்குவது இங்கு இன்னமும் பெரிய சவால்தான். மார்வாரிகளுக்குதான் வரும். நமக்கு வராது என்றார்கள். நாம் படித்து ஒருவரிடம் அதிக சம்பளத்தில் வேலை செய்வதுதான் உச்ச பட்ச லட்சியம். அந்தக் காலத்திலேயே கடாரம் சென்று வணிகம் செய்ததும் கப்பல் கட்டியதும் சரித்திரம் படிக்காததால் இந்தத் தலைமுறைக்கு எட்டவே இல்லை. 500 பொறியியல் கல்லூரிகளில் படித்து இங்கு பெரும்பான்மையானவர்கள் வேலையில்லாமல் இருக்கிறார்கள். அவர்களிடமுள்ள தொழில் நுட்ப எண்ணங்களைத் தொழில்களாக மாற்றும் ரசவாதத்தைக் கற்றுத் தர ஏற்பாடு செய்தாலே போதும். அதற்கு நிஜ நாயகர்களை அழைத்து உரையாடச் செய்யவேண்டும்.

இது போன்ற நூல்கள் தமிழில் வந்தால்தான் தொழில் இலக்கியம் தமிழில் வேர் கொள்ளும். தமிழ் நாட்டில் வந்த ஸ்டார்ட் அப்களைத்

தொகுத்து இது வெளிவந்தால் அது பலருக்கு நம்பிக்கை ஊற்றாக இருக்கும்.

''எனக்கும் நிறைய ஐடியா இருக்கு சார். பணம்தான் பிரச்னை'' என்று சொல்வோர் ஒன்றை நினைவில் வைத்துக் கொள்ளவேண்டும். எதுவும் இல்லாமல் ஆரம்பித்து ஜெயித்தவர்கள்தான் இங்கு அதிகம்.

''பத்துக்கு ஒன்பது தோல்விதான் சார். நான் பாத்துட்டேன்'' என்றால் உண்மை அதை விடக் கொடியது. ஆயிரத்தில் ஒன்றுதான் பெரிதாக ஜெயிக்கிறது.

அது சரி, லட்சம் விந்தணுக்களில் ஒன்றுதானே பிழைத்து உயிர் பெறுகிறது!

10

உருகும் பனிப்பாறைகளும் நம் நிறுவன மாற்றங்களும்

Our Iceberg Is Melting

John Kotter

அண்டார்டிகா. பெங்குவின்களின் குடியிருப்பு. எல்லா பெங்குவின்களும் மீன் பிடித்துக் கொண்டும் தினசரி வேலைகளில் ஈடுபட்டிருக்க பிரெட் எனும் ஒரு பெங்குவின் மட்டும் சமுத்திரத்தை ஆராய்ச்சி செய்து கொண்டிருக்கிறது. அதன் முகத்தில் கவலையின் ரேகைகள்!

பனிப்பாறைகளில் பிளவுகள் தெரிகிறது. விரிசல்களில் நீர் புகுந்து கொள்கிறது. இரண்டு மாதத்தில் கடுங்குளிர் காலம். நீரானது பனிக்கட்டியாக உறைந்து விரிவுற்றால் பாறைகளின் விரிசல்கள் பிளக்கும். பெரிய பனிப்பாறை களும் இப்படி ஒவ்வொன்றாக உருகி உடைந்தால் நம் பெங்குவின்களின் உயிர்களும் ஜீவாதாரமும் என்னவாகும்? இது எதுவும் தெரியாமல், தெரிந்துகொள்ள முயற்சியும் செய்யாமல் நம் கூட்டம் கேளிக்கை செய்து கொண்டு திரிகின்றனவே? பிரெட் மிகுந்த கலக்கத்தில் இருந்தது. இதை எப்படி நம் மக்களிடம் சொல்லி மாற்றத்துக்கு வழி வகுப்பது?

முதலில் கேட்கத் தயாராக இருந்த ஆலிஸ் என்ற பெங்குவினிடம் சொல்லித் தலைமை வட்டத்துக்கு

இச்செய்தியை எடுத்துச் செல்ல வைக்கிறது. 10 பேர் கொண்ட தலைமைக் குழுவில் இது உடனே எடுபடவில்லை. திருமதி நோ நோ (எல்லாவற்றுக்கும் இல்லை இல்லை என்று மறுத்துப் பேசுவதால் இந்தப் பெயராம்!) போன்றோர் இது ஒரு கற்பனை, ஒருபோதும் கடந்த காலங்களில் இப்படி நடக்கவில்லை என்று தீவிரமாக ஓரம் கட்ட, பிரெட் ஒரு செயல் முறை சவாலுக்கு அழைக்கிறது: ''ஒரு பாட்டிலில் நீர் நிரப்பி இறுக்க மூடி வைப்போம். அது சில நாட்களில் குளிரில் வெடிக்கிறதா என்று பார்ப்போம். அதை நம் பெங்குவின் கூட்டத்துக்கே காண்பிப்போம். சம்மதமா?''

தலைமை மட்டுமின்றி மொத்தக் கூட்டத்தையும் எப்படி ஒருமுகப் படுத்தி ஒரு பெரும் மாற்றத்தை ஏற்படுத்துகிறது என்பதுதான் கதை. ஒரு நிறுவனத்தில் மாற்றம் நிகழ்த்துவது எப்படி என்பதை பெங்குவின் கதை மூலம் மனிதர்களுக்கு உணர்த்துகிறது Our Iceberg Is Melting எனும் இந்தப் புத்தகம்.

ஹோல்கர் ராத்கெபர் துணையுடன் ஜான் கோட்டர் எழுதிய இந்த நூல் 2006ல் வெளி வந்து புகழ் பெற்றது.

ஜான் கோட்டர் ஹார்வர்ட் பல்கலைக்கழக நிர்வாகப் பேராசிரியர். மாற்ற நிர்வாகம் (Change Management) பற்றி இவர் எழுதிய Leading Change நிறுவன மாற்றம் பற்றி வெளிவந்துள்ள புத்தகங்களில் மிகவும் முக்கியமானது.

ஒரு பல்கலைக்கழகத்துக்காக Change Management எனும் பேப்பரை வடிவமைத்து நடத்த நிறையப் படிக்க நேர்ந்தது. அப்போது தட்டுப்பட்ட புதையல்தான் ஜான் கோட்டரின் லீடிங் சேஞ்ச் புத்தகம். பல நூறு நிறுவனங்களின் மாற்ற நிர்வாகத்தைப் படித்து ஆராய்ந்து அதன் அடிப்படையில் எழுதிய நூல் அது.

எல்லா மாற்ற நிர்வாகத்துக்கும் 8 ஆதாரப் படிக்கட்டுகள் அவசியம் என்கிறார்.

1. மாற்றம் பற்றிய ஓர் அவசர உணர்வை மக்களிடம் ஏற்படுத்துங்கள்.
2. மாற்றத்தை முன்னெடுத்துச் செல்லும் ஒரு குழுவைத் தேர்ந்தெடுங்கள்.
3. மாற்றம் பற்றிய பார்வை மற்றும் வியூகத்தை உருவாக்குங்கள்.
4. எல்லாரும் புரிந்துகொண்டு ஏற்றுக்கொள்ளும் அளவுக்கு செய்தியைப் பகிர்ந்து கொள்ளுங்கள்.
5. மாற்றத்தைச் செயல்படுத்துவோர் அனைவருக்கும் அதிகாரத்தைக் கொடுங்கள்.

6. குறுகிய காலச் சின்ன வெற்றிகளை உருவாக்குங்கள். அது மக்களின் நம்பிக்கைக்கு முக்கியம்.

7. முதல் சிறு வெற்றிக்குப் பின் இடைவிடாது செயல்பட்டு வெற்றி களைக் குவியுங்கள்.

8. மாற்றத்தைத் தக்கவைக்கும் புது கலாசாரத்தை உருவாக்குங்கள்.

இந்த 8 நிலைகளும் Leading Change புத்தகத்தில் கோட்பாடுகளாகச் சொல்லித் தரப்பட்டது. Our Iceberg Is Melting புத்தகத்தில் வண்ணக்கதையாக மீண்டும் அழகாகச் சொல்லப்பட்டிருக்கிறது!

பேராசிரியர் எழுதும் புத்தகம் என்றால் சாமானியருக்குப் புரியாது என்பதைப் பொய்யாக்கும் வண்ணம் இது குழந்தைகள் முதல் பெரியவர்கள் வரை ஆங்கிலம் தெரிந்த அனைவரும் படிக்கும் வண்ணம், வண்ணப்படக்கதையாக வந்துள்ளது.

150 க்குக் குறைவான பக்கங்கள். குழந்தைகள் புத்தகம்போல ஒவ்வொரு பக்கத்திலும் வரிகள் குறைவு. சிக்கனமான வாக்கியங்கள். ஆங்காங்கே பளீரெனப் படங்கள். Quick read வகையைச் சேரும் இந்தப் புத்தகம் ஒரு பெரிய கருத்தை எளிமையாகச் சொல்கிறது.

பெங்குவின் கதைக்களம் அபாரத் தேர்வு. ஏனென்றால் நாமும் அதே களத்தில்தான் இருக்கிறோம். பூமி வெப்பமாகும் அபாயம் பெங்குவின் கண்ணோட்டத்தில் சொல்லப்பட்டாலும் அது நமக்கு நன்றாகவே பொருந்துகிறது.

பனிப்பாறைகள் இங்கு குறியீடுகள்தான். நம் நிறுவனத்தில் நமக்குத் தெரியாமல் ஏற்பட்டுக்கொண்டிருக்கும் பிரச்னைகளும் அதை மாற்றத் தேவைப்படும் நிர்வாக முயற்சிகளும் உத்திகளும்தான் மையக்கருத்துகள்.

உங்கள் பனிப்பாறைகள் எது என்று யோசியுங்கள்:

''நேற்று வரை சந்தையில் நம்பர் 1. திடீரென்று (திடீரென்று இல்லை; நாம் அப்படி உணர்கிறோம்.) இன்று பல போட்டியாளர்கள்!''

''நல்ல பணியாளர்கள் ஒரு சிலர் வெளியேறியபோது பாதிப்பு பெரிதாக இல்லை. இப்போது சில முக்கிய கஸ்டமர்களை இழக்கும் போதுதான் பாதிப்பு புரிகிறது!''

''நிர்வாகத்துக்கு நிறைய முற்போக்கான எண்ணங்கள் உள்ளன. ஆனால் நம்ம மக்களை வைத்துக்கொண்டு எப்படிச் செய்வது என்று தெரியவில்லை!''

''பயன்படுத்தாத வளங்கள் எங்கள் நிறுவனத்தில் மிக அதிகம். இடம், பொருள், மக்கள் திறன் இப்படி...! நெருக்கடி வரும் வரையில் எதையும் யோசிக்கமாட்டோம்!''

இப்படி நிறையக் கேட்கிறோம்.

மாற்றத்தைப் பற்றி விளக்க ஒரு தவளைக் கதை உண்டு. கொதிக்கும் சுடு நீரில் ஒரு தவளையைப் போட்டால் உடனே வெளியே குதித்து விடும். ஆனால், அதே தவளையை ஒரு நீர் நிறைந்த பாத்திரத்தில் போட்டு அடுப்பில் வைத்து மெல்லக் கொதிக்க வையுங்கள். இதமாகச் சூடாவதை அனுபவித்துக் கொண்டே இருக்கும். ஒரு நிலையில் வெப்பம் தாளாது ஆபத்தை உணரும்போது அது தன் எதிர்ப்பு சக்தி இழந்து வெந்து போயிருக்கும்.

தடாலென வரும் மாற்றங்களிலிருந்து கூடத் தப்பிக்கலாம், மெல்ல நிகழும் மாற்றங்கள்தான் நம்மை கொன்றுவிடும்.

11

கண் இமைக்கும் நேரம்

Blink

Malcolm Gladwell

மிகவும் மெனக்கெட்டு நிறைய நேரம் செலவளித்து, தகவல்கள் திரட்டி எடுக்கும் முடிவுகள் தவறாகப் போகிறது. சட்டென்று எடுக்கும் முடிவுகள் ஜெயிக்கிறது.

யோசித்துப் பாருங்களேன். உங்கள் வாழ்க்கையிலேயே கண் இமைக்கும் நேரத்தில் எடுக்கும் முடிவுகள் எல்லாம் பெரிய முடிவுகளாகத்தான் இருந்திருக்கும். ஆனாலும் இன்னமும் நாம் 'நல்லா ஒரு தடவைக்கு பத்து தடவை யோசிச்சு முடிவு பண்ணணும்' என்றுதான் மற்றவர்களுக்கு அறிவுரை செய்வோம்.

கம்பெனியில் எல்லா எக்செல் பக்கங்களுமாகத் தகவல் திரட்டி, நிறைய பேர் கூடி, பெரும் செலவு செய்து எடுக்கப்படும் முடிவுகள் பொய்த்துப் போகிறது. இதை "Analysis Paralysis" என்பார்கள். ஆனால் ஒரு பொறி தட்டுவதுபோல வரும் எண்ணம் சரியான வழியைக் காட்டும்.

தர்க்க சிந்தனையை உள்ளுணர்வு வெல்லும் அற்புத தருணம் அது.

மால்கம் கிளாட்வெல் எழுதிய Blink இதை அழகாகப் படம் பிடித்துக் காட்டுகிறது. உளவியலை அறிவியல் பூர்வமாகவும் கலா ரசனையுடனும் எழுதும் கிளாட்வெல்

ஒரு அற்புதமான கதைசொல்லி. இதைப் படிக்கையில் ஒரு சினிமா பார்த்த அனுபவம் கிடைக்கும். சந்தேகமில்லை.

ஆரம்பமே அதிரடிதான். கலிபோர்னியாவில் உள்ள 'ஜே. பால் கெட்டி மியூசியம்' பல அரிய கலைப் பொக்கிஷங்கள் கொண்டது. 16-ம் நூற்றாண்டைச் சேர்ந்த ஒரு அரிய சிலையை நல்ல நிலையில் உள்ளதாக விற்க வருகிறார் ஒருவர். பல்வேறு பௌதிக சோதனைகள் நடத்தி அந்தச் சிலையை வாங்க சம்மதிக்கின்றனர். பத்து மில்லியன் டாலர் விலை பேசப்படுகிறது. பெடெரிகோ ஜெர்ரி எனும் இத்தாலிய கலை ஆர்வலர் இந்த சிலையைப் பார்த்தவுடன் ஏதோ ஒன்று சரியில்லை என்கிறார்.

ஜார்ஜ் டெஸ்பினிஸ் ஏதென்ஸ் அருங்காட்சியகத்தின் தலைவர். அவர் அழைக்கப்படுகிறார். பார்த்தவுடனேயே சொல்கிறார் இது போலி என்று. ''எனக்கும் சிலைக்கும் இடையில் ஒரு திரை இருந்ததுபோலத் தோன்றியது!'' என்றார். பின் விசாரணையில், இந்த சிலை ஒரு மிகப் பெரிய மோசடி என்று அம்பலமாகிறது.

மற்றவர்கள் மணிக்கணக்கில் பார்த்துக் கண்டுபிடிக்காததை இவர் எப்படி நொடியில் கண்டுபிடிக்கிறார்? இதுதான் புத்தகத்தின் Pitch!

அடுத்த கதை இன்னமும் சுவாரசியமானது. ஜான் காட்மென் எனும் திருமண ஆலோசகர் பற்றியது. திருமணத்தில் சிக்கல் உள்ளவர்களுக்கு Marital Therapy செய்வது இவர் வேலை. அத்தனை செஷன்களையும் வீடியோ பதிவுகள் செய்து ஆராய்ச்சி செய்கிறார்.

இந்த தம்பதி 15 வருடங்கள் கழித்து சேர்ந்து வாழ்வார்களா என்று கேட்டால் அதை முதல் சந்திப்பிலேயே சொல்லலாம் என்கிறார். (இவரிடம் 30 வருட கேஸ் ஹிஸ்டரிகள் உள்ளன.) வசனம் இல்லாமல் ஓட்டிக் காண்பித்து தங்கள் யூகங்களைச் சொல்லச் சொல்கிறார். முடிவில் சுவாரசியமான முடிவுகள் கிடைக்கிறது.

வசனமில்லாத குறும் படங்களில் சரியாகக் கணிக்க முடிகிறது. வீடியோவின் நீளம் அதிகமாகும் போதும் வசனம் சேரும் போது மெல்லாம் கணிப்புகள் தவறாகிறது. அதாவது தகவல்கள் அதிகம் கிடைக்கக் கிடைக்க நாம் குழம்பிப்போகிறோம்.

காட்மென் எப்படி கணிக்கிறார்? அவரைக் கேட்டால் ரொம்ப சுலபம் என்கிறார். விமர்சனம், தற்காப்பு, வெறுப்பு இவை தோன்றும் உடல் மொழி இருவரில் ஒருவரிடம் தீவிரமாகத் தென்பட்டாலே போதும். கேஸ் பிழைப்பது கஷ்டம் என்று தெரிந்துவிடும் என்கிறார்.

தகவல்கள் அதிகம் கிடைக்கும்போது அது நம் தர்க்க சிந்தனையைப் பெருக்கிகொண்டே போகிறது. ஆனால் குறைந்த அளவு (நேரம், தகவல், வாய்ப்பு) உள்ள போது மனம் கூர்மைப்பட்டு சரியான முடிவுகள் எடுக்க வைக்கிறது என்று விளக்குகிறார். Thin Slicing என்கிறார் இதை.

ஓடும் ரயிலில் பழம் விற்பவருக்கு தன் வாடிக்கையாளர் யார் என்று சுலபமாகக் கண்டுகொள்ள முடிகிறது. ஒரு கூட்டத்தில் யார் யார் ஆட்டோ பிடிப்பார்கள் என்று டிரைவருக்குத் தெரிகிறது. ஒரு கூச்சலான பார்ட்டியில் தனக்கான கம்பெனி யார் என்பதைக் கணப்பொழுதில் கண்டுகொள்வார்கள் நம் ரோமியோக்கள். நம் ஆழ்மனக் கிடங்கில்தான் எல்லா வேலையும் நடக்கிறது. ஆழ்மனம் எல்லாவற்றையும் முழுமையாகப் பார்க்கும். புலன்கள் தரும் தகவல் கவனத்தைச் சிதறடிக்கும். அதனால்தான் குறைந்ததாகக் கிடைக்கும் எல்லாவற்றிலும் உள்ளுணர்வு செயல்பட்டு புத்தாக்கம் நிகழ்கிறது.

கண்களால் கேளுங்கள் என்கிறார் கிளாட்வெல். ஒற்றைப் பார்வை ஆயிரம் அர்த்தங்களைத் தெரிவிக்கும். பேசும் வார்த்தைகள் அனைத்தும் உங்கள் கவனத்தைச் சலனப்படுத்துபவை. வாய் பேசும் மொழியை விட உடல் பேசும் மொழி பொய் சொல்லாதது. அகத்தின் அழகும் அசிங்கமும் முகத்தில்தான் தெரியும்.

புத்தகம் முழுவதும் உளவியல் ஆய்வுகளை மேற்கோள்காட்டியே கருத்துகளை நகர்த்திச் செல்கிறார்.

உங்கள் உள்ளுணர்வு சொல்வது எல்லாமே பலிக்குமா? யோசிக்காமல் முடிவு எடுத்தல்தான் சரியா என்று கேட்டால் சரியில்லை என்பதுதான் பதில். உங்கள் உள்ளுணர்வு புலன்களை வழி நடத்தும். எங்கு நோக்க வேண்டும் என்று கற்றுத்தரும். தேவையில்லாத இடத்திலிருந்து உங்களைத் தேவையான இடத்துக்கு அழைத்துச் செல்லும்.

நாம் தகவல் வெள்ளத்தில் வாழ்ந்து கொண்டிருக்கிறோம். அது நம்மை அயர்ச்சி கொள்ள வைக்கிறது. எது தேவை, எது தேவையில்லாதது என்று அறிய முடியாமல் அனைத்தையும் தலைக்குள் போட்டுக் கொண்டிருக்கிறோம்.

அதனால்தான் துறை சார்ந்தவருக்குத் தெரியாத விஷயம் ஒரு சாமானியனுக்குத் தெரிகிறது. ''ராகவன் இன்ஸ்டிங்க்ட்ஸ்'' ஞாபகம் இருக்கிறதா? அது நம் எல்லோருக்கும் சாத்தியம்.

''கண்டதும் காதல்''- Love at first sight என்பதும் இந்த வகையில் சேர்ந்ததுதான். யோசித்தால்தான் காதலே வந்திருக்காதே!

12

பயணிகள் கவனத்துக்கு...

Aisle Be Damned

Swaying Hips, Praying Lips and Flying Tips

Rishi Piparaiya

விமானப் பயணங்கள் பற்றிய கனவுகள் எல்லோரையும் போல எனக்கும் சிறு வயதில் இருந்தன. முதல் வேலையில் பூனா சென்று திரும்புகையில், இயந்திரப் பழுது என்று பெங்களூரில் நட்சத்திர ஓட்டலில் தங்க வைத்தார்கள். எல்லாமே பிடித்திருந்தது அப்போது. முதல் பயணமல்லவா?

பிறகு நூற்றுக்கணக்கான விமானப் பயணங்கள். ஆனால் இன்று திரும்பிப் பார்க்கையில் ரயில் பயணத்தைப்போல ஒரு விமானப் பயணம் என்றுமே இனித்ததில்லை. விமானப் பயணம் என்றாலே விரைப்பான மனிதர்கள், போலி நாகரிகம், அசௌகரிய அமைதி, இறுக்கமான சூழ்நிலை இவைதான் நினைவுக்கு வரும். ஆனாலும் நேரத்தைச் சேமிக்கும் விமானத்தை விலக்க முடியவில்லை.

என் எண்ணத்தை எதிரொலிக்கும் புத்தகமாக ‘எய்ல் பி டாம்ட்’ எனும் புத்தகத்தைக் கண்டேன். Swaying hips, praying lips and flying tips எனும் குறும்பான tagline பிடித்துப்போனது. ஒரு பெரும் பயணக்காரர் அளிக்கும் ஆலோசனைகள் என்பதால் நிச்சயம் வித்தியாசமான

புத்தகம் என்று நினைத்து வாங்கினேன். ஒரு விமானப் பயணத்தில் படித்து முடிக்கும் அளவுதான் இருந்தது.

ரிஷி பிப்பாரய்யா என்பவர் ஒரு பன்னாட்டு நிறுவனத்தின் விற்பனைத்துறைத் தலைவர். பணி நிமித்தம் காரணமாக நிறையப் பயணித்திருக்கிறார். அவை அனைத்தையும் நகைச்சுவை சொட்டச் சொட்ட எழுதியிருக்கிறார்.

பிசினஸ் கிளாஸுக்கு அப்கிரேட் ஆவது எப்படி என்று தொடங்கி வெளிநாட்டு இமிகிரேஷன் ஆசாமியிடம் ஸ்டாம்பிங் வாங்குவது வரை அனைத்தும் நாம் சந்திக்கக்கூடிய அனுபவங்கள். நீங்கள் ஒரே ஒரு முறை விமானப் பயணம் மேற்கொண்டிருந்தாலே அனுபவித்துப் படிப்பீர்கள். இல்லாவிடில் இதுதானா விமானப் பயணம் என்று தோன்றும் அளவுக்கு உங்களை 38,000 அடிகள் மேலே கொண்டு செல்வது உறுதி!

செக்யூரிட்டி பகுதியை எளிதாகக் கடக்க என்ன செய்யவேண்டும்? சுலபமாகக் கழட்டவல்ல கட் ஷூ, பெல்ட் என அணியவேண்டும். வயதானவர் பின் நிற்கக்கூடாது. அணியும் உடை தவிர சகலத்தையும் தனி ட்ரேயில் போட்டுவிடவேண்டும். ஜன்னல் சீட்டா அல்லது எய்ல் சீட்டா என்றால் அது உங்கள் மூத்திரக்குடத்தின் தாங்கும் சக்தியைப் பொறுத்தது என்கிறார். ஆனால் நடு சீட்டு ஆசாமிகள் பாவப்பட்டவர்கள். இரு புறக் கைப்பிடிகளும் கிடைக்காமல் அவர்கள் படும் அவதி சொல்ல முடியாதது. சகிப்புத்தன்மை கொண்ட புத்த பிட்சுகள் மட்டும் நடு சீட்டுகளாகத் தேர்ந்தெடுக்கலாம் என்கிறார்.

மேலும் அருகில் அமரும் தேவதையுடன் பேச்சுக் கொடுப்பது எப்படி? ஒரு தொழிலதிபர் அமர்ந்தால் அதில் ஆதாயம் பெறுவது எப்படி? ஒரு பைலட் (டியூட்டி இல்லாத நேரம்) அருகில் அமர்ந்தால் என்னவெல்லாம் கேட்கலாம்? இப்படி நிறைய டிப்ஸ் தருகிறார்

பைலட்டுகள் தூங்கி விமானங்கள் தானே ஆட்டோ மோடில் ஓடும் விவரங்கள் ரஷ்யாவுக்குக்கூட ரயிலில் செல்லலாமா என்று யோசிக்க வைப்பவை. இரு பைலட்டுகளில் ஒருவர் மாற்றி ஒருவர் கழிப்பறை செல்கையில் கதி கலங்குகிறது என்கிறார்.

பைலட்டுகள் பேசும் மொழி கடைசிவரையில் புரிவதில்லை. மைக்கை விழுங்குவதுபோல வாயை வைத்துக்கொண்டு பெருமூச்சு விட்டவாறு அவர்கள் திக்கித் திணறிப் பேசியது என்ன என்று, மற்றவர்கள் என்ன செய்கிறார்கள் என்று பார்த்துதான் புரிந்துகொள்ள முடிகிறது.

விமானத்தில் உணவு அளிப்பதே நம் கவனத்தைப் பயணம் தவிர்த்து வேறு பக்கம் திருப்பும் சூழ்ச்சியோ? ஒரு புறாவுக்குக்கூடப் போதாத

உணவை அவர்கள் ஆடி ஆடி வந்து பரிமாறி, பின் சுத்தம் செய்வதற்குள் பயணம் முடிகிறது.

ஒரு பாக்கெட் சாப்பிட்டு விட்டுப் போதவில்லை என்று விமானப் பணிப்பெண்ணிடம் இன்னொன்று கேட்டால்?

நான் பணிப்பெண்ணிடம், ''இன்னொரு மீல்ஸ் வேண்டும்!''

பணிப்பெண் என்னிடம், ''இன்னொரு மீல்ஸ் வேண்டும்?''

மற்றொரு பணிப்பெண்ணிடம் திரும்பி, ''இவருக்கு இன்னொரு மீல்ஸ் வேண்டும்!''

அந்த மற்றொரு பணிப்பெண் என்னிடம், ''இன்னொரு மீல்ஸ் வேண்டும்?''

நான் அந்தப் பணிப்பெண்ணிடம், ''இன்னொரு மீல்ஸ் வேண்டும்!''

அந்த மற்றொரு பணிப்பெண் எல்லா சக பயணிகளையும் பார்த்து, ''இவருக்கு இன்னொரு மீல்ஸ் வேண்டும்!''

எல்லா சக பயணிகளும் அவரிடம், ''ஆம், அவருக்கு இன்னொரு மீல்ஸ் கொடுங்கள்!''

இப்படி ரகளையாய் கலாய்க்கிறார் புத்தகம் முழுதும். வரிக்கு வரிக்கு நையாண்டியும் கிண்டலும் கொப்பளிக்கிறது. நகைச்சுவையுடன் நாசூக்காகப் பல உண்மைகளையும் ஆலோசனைகளையும் மெலிதாக எடுத்துரைக்கிறார்.

Technical snag என்ற புளுகு பற்றிச் சொல்லும் போதும், பிசினஸ் கிளாஸ் மனிதர்களுக்குக் கிடைக்கும் விருந்தோம்பல் பற்றிச் சொல்லும் போதும், ஏன் விமானத் துறை மட்டும் நஷ்டத்திலேயே இயங்குகின்றன எனும் போதும் ஆசிரியர் அறிவின் ஆழம் தெரிகிறது.

நம்மவர்கள் பரவாயில்லை. அயல் நாடுகளில் பறக்கையில் நடந்த அசம்பாவிதங்களும் பிரபலங்கள் செய்யும் அலப்பறைகளையும் படிக்கும்போது ஒரு நடை குலதெய்வம் கோயிலுக்குப் போய் வந்தால் என்ன என்று தோன்றும்!

1992-ல் மும்பை- நியூயார்க் இரு வழிக் கட்டணம் 900 டாலர்கள். இன்று குறைந்த கட்டணமாக 1100 டாலர்கள். 1992-ல் ஒரு பேரல் எண்ணெய் 18 டாலர். இன்று 110 டாலர். விமானக் கட்டண சொதப்பல்தான் விமானத்துறையைத் தொடர்ந்து நஷ்டத்தில் வைத்திருக்கிறது என்கிறார். (இதைக் கண்டுபிடித்ததற்காகத் தனக்கு நோபல் பரிசு கிடைத்தால்

அதை ஸ்வீடன் வரும் போது பெற்றுக் கொள்ளத் தயாராக உள்ளதாகத் தன்னடக்கத்துடன் தெரிவிக்கிறார்.)

இதைப் பிரயாணம் பற்றிய நூல் என்பதைவிட கார்ப்பரேட் வாழ்க்கை முறையைச் சித்திரிக்கும் நூலாகக் கொள்வதே சரி. எனக்கும் தோன்றும். சென்னையிலிருந்து கோயம்புத்தூர் செல்லும் விமானத்தில் இந்தியும் வங்காளமும் பேசத் தெரிந்த பணிப்பெண்கள் எதற்கு? மதுரைக்குச் செல்லும் தமிழர்களுக்கு ஏன் விரைத்துப் போன மைதா கேக்கு? பொங்கலும் வடையும் சாம்பாரும் ஆகாதா? வாடிக்கையாளர் மனம் உணராத எந்தத் தொழிலும் லாபத்தில் செழிக்காது என்று ஏன் யாரும் இவர்களுக்குச் சொல்வதில்லை?

புத்தகம் முடிக்க முடிக்க விமானம் தரை இறங்குகிறது. பயணத்தைப் போல மனத்தை விசாலப்படுத்தும் அனுபவம் வேறெதுவும் உண்டோ?

13

நேர்படப் பேசு

The Assertiveness Book

Randy J Paterson

''முகத்துக்கு நேரே எப்படி சார் இல்லைன்னு சொல்லுறது?'' என்ற உரையாடல் பின்னால் கேட்டது. இது இந்தியனின் ஆதார குணம். வடக்கைவிடத் தெற்குக்குக் கச்சிதமாகப் பொருந்தும்.

மனம் திறந்து உள்ளதைப் பேசுவதில் நமக்குப் பெரிய சிக்கல் உள்ளது. குறிப்பாத மனம் ஒவ்வாத விஷயங்களை நேரடியாக வெளிப்படுத்துவது எப்போதும் சங்கடம்தான். சின்னப் பொய்கள். சால்ஜாப்புகள். மழுப்பல்கள். அல்லது பல்லைக் கடித்துக் கொண்டு பிடிக்காததைச் செய்தல். இன்னொரு புறம் சின்ன விஷயத்துக்குக்கூட எரிமலையாக வெடிப்பது. இப்படி நாம் உணர்ச்சிகளை வைத்து உறவுகளில் கபடி விளையாடிக்கொண்டிருக்கிறோம்.

இதற்கு என்னதான் தீர்வு என்றால், எனக்கு உதவிய The Assertiveness Book உங்களுக்கும் உதவும் என்றுதான் பதில் சொல்ல முடியும். Randy J Paterson என்ற ஒரு மருத்துவ உளவியலாளர் எழுதியிருக்கிறார். 1,200 சிகிச்சை யாளர்களுக்கு அசெர்டிவ்னஸ் பயிற்சி அளித்திருக்கிறார். அதன் புத்தக வடிவம்தான் இந்தப் புத்தகம்.

உளவியல் பின்னணியே இல்லாமல் ஒருவர் படித்தாலும் புரிகிற மொழி, ஒரு workbookபோல ''எப்படிச் செய்ய?''

என்று விளக்கங்கள், எளிமையான உதாரணங்கள் என முன் அட்டை முதல் பின் அட்டை வரை படிக்கத் தக்க புத்தகம்.

எல்லா மனிதர்களும் அன்புக்கு ஏங்குகிறார்கள். உண்மையாகப் பேசி உறவுகளைப் பலப்படுத்தும் திறன்களைக் கற்றுக்கொள்வது மிகவும் எளிது என்கிறார்.

புத்தகத்தின் சாரம் இதுதான். நெருக்கடி வரும்வரையில் அனைவரும் நன்றாகத்தான் நடந்து கொள்கிறார்கள். நெருக்கடிதான் ஒரு மனிதனின் நடத்தையைக் காட்டிக் கொடுக்கிறது.

இவற்றை நான்கு வழிகளில் உளவியலாளர்கள் பிரித்துள்ளனர்.

முதலாவது, Passive வகையினர். வாயில்லா பூச்சிகள் இவர்கள். எதிராளியிடம் ''இல்லை மாட்டேன்'' என்று சொல்ல வாய் வராது. பிறருக்காகத் தியாகம் செய்வர். நாலு பேர் என்ன சொல்வார்கள் என்பது ரொம்ப முக்கியம். ''ரொம்ப நல்லவன்'' எனப் பெயர் எடுக்க எவ்வளவு வேண்டுமானாலும் மொத்து வாங்குவர். ஊமைக் கோபம் நிறைய இருக்கும். ஆனால் வெளியே வராது. வாழ்க்கையை அதிகம் நொந்து கொள்வதும் இவர்கள்தான்.

அடுத்தது Aggressive வகையினர். எதிராளி குரலை உயர்த்துவதற்குள் கையை உயர்த்துபவர்கள் இவர்கள். ஈயைக் கொல்ல ரிவால்வரை எடுப்பவர்கள். 'எது என்ன ஆனாலும் நான்தான் ஜெயிக்கணும்' என்பதில் குறியாக இருப்பார்கள். அதற்கு எந்த இழப்பு வந்தாலும் சரி. எதிராளியின் கருத்துக்கெல்லாம் மதிப்பு கிடையாது. எந்தக் கடுமையான வழியாக இருந்தாலும் சரி, கடைசியில் எதிராளியை ஜெயிக்கணும் என்ற எண்ணம் கொண்டவர்கள்.

மூன்றாவது, Passive& Aggressive வகையினர். பார்க்கப் படு சாது. ஆனால் செய்வதெல்லாம் மூர்க்கத்தனம். ஆனால் வெளியே தெரியாது. தன் நிலையைத் தெரிவிக்காமல் இருப்பது, இல்லை என்பதைச் செயலில் காட்டுவது, மூர்க்கத்தனத்தை சாமர்த்தியமாக அரசியல் பண்ணப் பயன்படுத்துவது என இவர்கள் ஜகஜால மன்னர்கள். இவர்களை இனம் கண்டு கொள்ள நேரமும் அறிவும் தேவை. சூழ்ச்சிதான் முழு நேர வேலைப்பாடு இவர்களுக்கு. நேரடித் தாக்குதல் கிடையாது. ஆனால் நடக்கும் தாக்குதலுக்குத் தன் பங்கை மறைமுகமாகச் செய்வர்.

நான்காவது Assertive வகையினர். நெருக்கடியை நேரடியாகவும், உண்மையாகவும் கையாள்வர். இல்லை என்பதைத் தெளிவாக- ஆனால் எதிராளி காயப்படாமல் சொல்வர். கேட்பது உன் உரிமை.

மறுப்பது என் உரிமை. இதனால் நம் நட்பு கெட வேண்டாம் என்று அன்பு பாராட்டுவர். நெருக்கடியில் ஒருவர் தோற்று ஒருவர் ஜெயிக்கத் தேவையில்லை. இருவரும் ஜெயிக்கலாம் என்பதை உணர்ந்தவர்கள். நிஜ உணர்வுகளையும், எண்ணங்களையும் பிறர் புண்படா வண்ணம் பேசுவது இவர்கள் கலை.

அனைத்திலும் சிறந்த தேர்வு அசெர்டிவ் முறை என்று சொல்லத் தேவையில்லை.

அசெர்டிவ்னஸுக்கு நேரடி தமிழ்ச் சொல் எனக்குத் தெரியவில்லை. பாரதியின் 'நேர்படப் பேசு' என்பதுதான் அசெர்டிவ்னஸோ என்று தோன்றும்! எண்பதுகளில் நிம்ஹான்ஸில் படிக்கையில் அசெர்டிவ் தெரபி என்று படித்திருக்கிறேன். மன அழுத்தத்துக்கு, திருமண சிகிச்சைக்கு, உறவுச் சிக்கல்களுக்கு எனப் பலருக்கு அளித்திருக் கிறோம். காக்னிடிவ் பிஹேவியர் தெரபி பிரபலமாக ஆரம்பித்த நாட்கள் அவை. இன்று 25 வருடங்கள் கழித்துப் பார்த்தால் இது அனைவருக்கும் தேவையான திறன்; இதைப் பள்ளி பாடத்திலேயே வைக்கலாம் என்று தோன்றுகிறது.

சமூகக் காரணங்கள் பற்றி ஆசிரியர் கூறும் போது நம் தமிழ் சமூகத்துக்கு அது சற்று அதிகமாகவே பொருந்துகிறது.

நம் கோபத்தைக் கண்ணியமாக, நேர்மையாக, நேரடியாகக் காட்டத் தெரியாமல்தான் நாம் பல அனல் பறக்கும் ஆக்ஷன் ஹீரோக்களை உருவாக்கி வைத்திருக்கிறோம். நம் நெருக்கடிகளுக்கு ஒரு நாயகர் சினிமாவிலோ, அரசியலிலோ, பொது வாழ்க்கையிலோ தோன்றக் கனவு காண்கிறோம். நம் பிரச்னைகளை நேரடியாக உட்கார்ந்து, மனம் விட்டுப் பேசி, தனக்கும் எதிராளிக்கும் பலனளிக்கும் முடிவுகள் என்ன என்று யோசிக்கையில் நம் உறவுகள் அடுத்த நிலைக்குச் செல்கிறது என்கிறார்.

புத்தகம் படித்து முடித்தவுடன் கண்டிப்பாக ஒரு தெளிவு வரும். ''ஓகேவா?'' என்று யார் எதற்குக் கேட்டாலும் யோசிக்காமல் ''எஸ்'' என்று சொல்லமாட்டீர்கள். முடியாத விஷங்களுக்கு நோகாமல், நோகடிக்காமல் ''நோ'' சொல்வீர்கள்!

14

வெற்றியை கற்றுக்கொள்ள முடியுமா?

Seven Habits of Highly Effective People

Steven Covey

''செவன் ஹேபிட்ஸ் படித்திருக்கிறீர்களா?'' என்று கேட்டார் என் பாஸ். பாஸ் என்ற வார்த்தையே சினிமா வில்லன் மனோகர் குரலில் திகிலாகவும் கேலியாகவும் பட்ட காலம் அது. நான் அது வரை சார்ந்த கல்வி மற்றும் மருத்துவத்துறைகளில் இல்லாத வார்த்தை அது. கார்ப்பரேட் உலகில் அப்போது நான் கத்துக்குட்டி.

சுய முன்னேற்றப் புத்தகங்கள் பற்றிப் பெரிய அபிப்பிராயம் இருக்கவில்லை. மருத்துவ உளவியல் கல்வியும் இலக்கிய வாசிப்பும் என்னை ஒரு பகுப்பாய்வாளனாகவும் விமர்சகனாகவும் ஆக்கி வைத்திருந்தன. மனச்சோர்வு வந்தால் சிகிச்சை அளிக்கவேண்டும்; புத்தகம் படித்தெல்லாம் மனச்சோர்வு தீராது என்று நம்பியிருந்தேன்.

செவன் ஹேபிட்ஸ் படிக்கவில்லை என்றவுடன் அவர் என்னை ஒரு மாதிரிப் பார்த்தார். அதன் பின் நான் சந்தித்த ஒவ்வொரு ஜீ.எம். மும் தங்கள் அலமாரியில் உத்திரவாத மாக ஒரு பிரதி வைத்திருந்தார்கள். பயிற்சி எடுக்க வந்த ஒவ்வொருவரும் ''Paradigm Shift'' என்றே ஆரம் பித்தார்கள். இளம்பெண்ணாகவும் முதிய பெண்மணி யாகவும் ஒரே நேரத்தில் தோன்றும் ஓவியம் பிரபலமாக ஆரம்பித்தது. நான் முதல் வகுப்பு உளவியலில் படித்த பெர்ஸப்ஷன் சம்பந்தப்பட்ட பாடம் அது.

1998 செப்டம்பரில் நான் வாங்கிப் படித்தேன் Steven Covey யின் Seven Habits of Highly Effective People புத்தகத்தை. 1989ல் வெளியானது முதல் உலகமெங்கும் இன்று வரை 2.5 கோடி பிரதிகள் விற்றுள்ளது. 38 மொழிகளில் மொழிபெயர்த்திருக்கிறார்கள். சி.டி விற்பனை மட்டும் 1 கோடிக்கு மேல். ஹார்வர்டில் எம்.பி.ஏ வும் மதக் கல்வியில் பி.ஹெச்.டியும் முடித்த ஸ்டீவன் கோவிக்கு 10 கௌரவப் பட்டங்கள் கொடுக்கப்பட்டன.

புத்தகத்தை விவாதிப்பதற்கு முன் இந்தப் புத்தகத்தின் வியாபார வெற்றியைப்பற்றிப் பேசவேண்டும். 25 வருட கார்ப்பரேட் அனுபவத்துடன் 47 வயதில் இந்தப் புத்தகம் எழுதுகிறார். பின் 2012ல் மறையும் வரை இந்தப் புத்தகம் சார்ந்த கல்வி, பயிற்சி, புத்தக/ சி.டி விற்பனை, தொழில் ஆலோசனை, தொடர்ச்சியான இரு புத்தகங்கள், என இந்தப் புத்தகத்தை முதலீடாகவைத்துத் தன் தொழில் வாழ்க்கையை அமைத்துக்கொள்ளும் வியூகமும் செயல்பாடுகளும் குறிப்பிடத்தகுந்தது.

90களில் இந்தியச் சந்தை உலகுக்குத் திறந்துவிடப்பட்டபோது இப்புத்தகம் கார்ப்பரேட் மேலாளர்களுக்கான வேதம்போல ஒரு கோட்பாட்டு நூலாக உருவெடுத்தது. ஒரு மதப் பிரசாரத்தின் அழுத்த மான மொழியும், சந்தை பொருளாதாரம் அறிந்ததால் வாடிக்கை யாளர்கள் தேவை அறிந்த கட்டுமானமும் இதில் காண முடிகிறது.

சுய சார்பு நிலைக்கு முதல் மூன்று பழக்கங்களும், பரஸ்பர சார்புக்கு அடுத்த மூன்று பழக்கங்களும், இவை ஆறு பழக்கங்களைச் சாணை பிடித்துக் கூர்மைப்படுத்தும் ஏழாவது பழக்கமும்தான் இதன் சாரம்.

பழக்கம் என்றால் என்ன? அறிவு, திறன், ஆசை கொண்டு எதைத் தொடர்ந்து செய்கிறோமோ அதுதான் பழக்கம். எதைத் தொடர்ந்து செய்கிறோமோ அது வாழ்க்கையாகவும் விதியாகவும் மாறுகிறது. மொத்தப் புத்தகமும் கிறிஸ்தவத் தாக்கத்தில் இருந்தாலும் விதி பற்றிய இந்த ஆதார இந்துத்துவ நம்பிக்கை இந்தியர்களிடம் இந்தப் புத்தகத்தை எடுத்துச் சென்றுள்ளது.

ஒவ்வொரு பழக்கத்தையும் அழகாக அறிமுகம் செய்து வைக்கிறார். பயன்பாட்டுக் கருவிகள் தருகிறார். அனைத்தும் எல்லாரும் செய்யக் கூடியவை என்கிறார். பின் அடுத்த பழக்கத்துடன் சங்கிலித் தொடராய் இணைக்கிறார். ஒரு சுய உதவிப் புத்தகத்துக்கான அத்தனை சூட்சமங்களும் இதில் உள்ளன.

முதல் முறை படிக்கையிலேயே தெரிந்தது இது புறந்தள்ள முடியாத புத்தகம் என்று. நேர நிர்வாகம் பற்றி ஒரு அத்தியாயத்தில் இவர் எழுதியதுபோல முழுப் புத்தகத்தில்கூட யாரும் அவ்வளவு

வலிமையாக எழுதவில்லை. அதேபோல இது வெறும் அறிவுரையோ, ஆறுதல் மொழியோ இல்லை. தத்துவம், மதம், உளவியல், நிர்வாகம் என அனைத்தும் படித்து, பணியாற்றிய பின் எழுதியது.

வெற்றியை உளவியல்ரீதியாகச் சொல்லும் புத்தகம் என அறியப்பட்ட இந்தப் புத்தகத்தின் மூலம் வெற்றியைக் கற்றுக் கொள்ள முடியுமா? கற்றுக்கொள்வது வாசக அனுபவத்தைப் பொறுத்தது. ஆனால் இதை வெற்றியின் விளக்க நூலாகச் சிறப்பாக எழுதியுள்ளார் ஸ்டீபன் கோவி.

எல்லாவற்றையும்விட முக்கியமானது மேலோட்டமாக உத்திகளைக் கொடுக்காமல் ஆழமாக உண்மைகளை ஆராய்கிறது. முகமூடியைச் சரி செய்வதைவிட முகத்தை உணர்ந்து கொள்ளுதல் முக்கியம் என்கிறது. Personality-யை விட Character Ethic முக்கியம் என்று பேசுவதுதான் ஆதார பலம் இந்த நூலுக்கு.

இந்த நூலைப் பிரித்து மேய்ந்து சகட்டு மேனிக்குச் சுட்டு எழுதிய பல புத்தகங்களையும் பல பயிற்சி முயற்சிகளையும் கடந்த 20 வருடங்களில் பார்த்திருக்கிறேன். எதுவும் தேறவில்லை. நம்ம சகாக்களே ''பாரடைம் ஷிஃப்ட்'' என்று எதற்காவது விளக்கம் கொடுத்தால் கண்டிப்பாக இந்தப் புத்தகத்தை முகர்ந்தாவது பார்த்திருப்பார்கள் என்று அறிந்து கொள்வேன்.

இந்தப் புத்தகத்தை ஒரு துரித உணவைப்போல அள்ளித் திணிக்க நினைக்காமல் சில மாதங்கள் மெதுவாகப் படித்து ஒரு நண்பரோடு நடந்து கொண்டே பேசுவதுபோல மெல்ல பரிச்சயப்படுத்திக் கொண்டால் நிச்சயம் சில உள் நோக்குப் பார்வைகள் நிகழும்.

சரி, ''பாரடைம் ஷிஃப்ட்'' என்னதான் சொல்கிறது? நாம் கட்டமைத்த சிந்தனை வடிவங்கள் அனுபவங்களால் மாறுவதுதான் அது. அதை நச்சென்று சொல்ல ஒரு நிஜ சம்பவத்தைப் பரிமாறுகிறார்:

கடற்படையைச் சேர்ந்த இரு கப்பல்கள் ஒரு மழைக்காலத்தில் சில வாரங்களாகக் கடலில் மிதக்கின்றன. அந்த கப்பலின் கேப்டன் எதிரில் தெரிந்த ஒளியை உணர்ந்து எதிர் திசைக்கு செய்தி அனுப்புகிறார். ''நான் முதல் நிலை கேப்டன் பேசுகிறன். என் கப்பல் வருகிறது. நீ திசை மாறிச் செல்!''

பதில் வருகிறது. '' நான் கடை நிலை ஊழியன் பேசுகிறேன். என்னால் முடியாது. நீங்கள்தான் திசை மாறவேண்டும்.''

கேப்டனுக்கு ஆத்திரம். ''நீ திசை மாறாவிட்டால் நான் தாக்குதல் நடத்துவேன்!''

''கோபிக்காதீர்கள். என்னால் எதுவும் செய்ய முடியாது. ஏன் என்றால் இது கலங்கரை விளக்கம்!''

15

மன வரை படங்களும் அறிவுக்கூர்மையும்

The Mindmap Book

Tony Buzan

''பையன் படிக்க மாட்டேங்கறான். அட்டென்ஷன் டெஃபிசிட்டா இருக்குமோ?'' என்று கேட்டார் அந்தச் சிறுவனின் தாய். மேல் நடுத்தர வர்க்கத்தின் ஆதார குணமான தேவையில்லாததை அரை குறையாகப் படித்த குழப்பம் தெரிந்தது.

''புத்தகத்தை எடுத்தாலே தூங்கறான். ஒண்ணுமே மண்டையில ஏற மாட்டேங்குது!'' என்று வெறுப்புடன் சொன்னார். ''ஆனா டி.வி.ல பாட்டு போட்டா ஸ்டெப் மாறாம ஆடறான். எந்த காரைப் பாத்தாலும் அதப் பத்தி அக்கு வேறு ஆணி வேறாக லெக்சர் அடிப்பான். இவன் இண்டெலிஜெண்டா இல்லையான்னே தெரியலை!''

துரதிஷ்டவசமாக, பள்ளிப் பரீட்சையில் வாங்கும் மதிப்பெண்தான் இங்கு மூளை வளர்ச்சியை நிர்ணயிக்கும் அளவுகோல்.

நிஜமாகவே மூளை எப்படி வேலை செய்கிறது; அந்த மூளையிடம் எப்படி வேலை வாங்கவேண்டும் என்று பயன்படுத்துவோர் கையேடு (User's Manual) ஒன்று இருந்தால்?

இருக்கிறது. அதுதான் டோனி பூசன் தன் சகோதரனுடன் சேர்ந்து எழுதிய The Mindmap Book!

முதலில் மூளையின் செயல்பாட்டை ஒட்டிய சில கேள்விகள்:

இந்தப் பத்தியைப் படிப்பவர்களைவிட சினிமா நடிகை படத்தை பார்ப்பவர்கள் அதிகம். ஏன்?

எவ்வளவு யோசித்து ''என்ன செய்யலாம் (To do) '' லிஸ்ட் போட்டும் ஏதோ ஒன்று மறந்துவிடுகிறது. ஏன்?

வகுப்பிலோ, மீட்டிங்கிலோ, கருத்தரங்கத்திலோ சிரத்தையாக எடுக்கும் நோட்ஸ் பெரும்பாலும் அரை குறையாக, காலம் கடந்து பார்த்தால் புரியாமல் இருக்கிறதே? ஏன்?

செய்யுள் ஒரு வருடம் படித்தும் மனதில் நிற்பதில்லை. அதையே ஒரு சினிமா பாடலில் ஒரு முறை கேட்கையிலேயே மனதில் ஒட்டிக் கொள்கிறதே, ஏன்?

சிலர் புத்தகத்தை வேக வேகமாகப் படிக்க முடிகிறது. சிலர் மிக மெதுவாகப் படித்தும் புரிந்து கொள்ளத் தவிக்கின்றனர். ஏன்?

விடைகள் விரிவாகப் புத்தகத்தில் உள்ளது.

எந்த வசவும் மூளையைத் தொடர்புபடுத்தாமல் சொல்லப்படுவதில்லை. மூளை இருக்கா? அறிவிருக்கா? புத்தி இல்ல? முட்டாள்! மூளையை யூஸ் பண்ற வேலையே இல்ல. மூளையே இல்ல. மேல் மாடி காலி. இப்படி நிறைய...! (இதன் உளவியல் பாதிப்பை மூடர் கூடம் திரைப்படம் மிக அற்புதமாகக் காட்டியிருந்தது.) ஒரு குழந்தைக்கு முதல் 6 வருடங்களில் பெற்றோர்களிடமிருந்து கிடைப்பது 80% சதவிகிதம் எதிர்மறை வார்த்தைகளே என்றால் நம்புவீர்களா?

இப்படி மூளை பற்றியும் அறிவு பற்றியும் இவ்வளவு வன்முறை உள்ள நிலையில் மூளை பற்றி சாமானியர் படிக்க ஒரு புத்தகம் தேவைப் படுகிறது. தி மைண்ட் மேப் புக் இந்தத் தேவையைப் பூர்த்தி செய்கிறது.

இனி யாராவது மூளை இருக்கா என்று கேட்டால் ஒன்றல்ல இரண்டு உள்ளது என்று சொல்லுங்கள். இடது மூளை, வலது மூளை என பிளவுபடுத்தி அதன் தனிப் பண்புகளை பட்டியல் இடுகின்றனர்.

வார்த்தைகள், தர்க்கம், எண்கள், வரிசை, பகுப்பாய்வு இவை எல்லாம் இடது மூளையின் வேலைகள்.

உடல் மொழி, வண்ணம், இசை, உள் உணர்வு, கற்பனை, இட வெளி புலனாய்வு, ஒட்டுமொத்தப் புரிதல் இவை வலது மூளையின் வேலைகள்.

நம் கல்வி முறை முழுக்க முழுக்க இடது மூளை சார்ந்தது என்பது சாதாரணப் பார்வைக்கே தெரியும். வார்த்தை சார்ந்த மொழி எழுதுதல்,

கணக்கு போடுதல், உடைத்துப் பார்க்கும் பகுப்பாய்வு இவைதான் பள்ளி முதல் உயர் கல்வி வரை இங்கு. அதனால்தான் இந்தக் கல்வி முறையில் தோற்றும் வாழ்க்கையில் ஜெயித்தவர்கள் அதிகம்.

இரு பக்க மூளைகளின் செயல் பாட்டையும் இணைக்கும் மிக எளிமையான யுத்தி மைண்ட்மேப்.

மைண்ட்மேப் என்று பூசன் கூறும் யுத்தி மிகச் சுலபமானது. ஒரு மையக் கருத்தை எடுத்துக் கொள்ளுங்கள். அதைப் படமாக வரையப் பாருங்கள். அதன் 360 டிகிரியிலும் கோடுகள் போடுங்கள். ஒவ்வொரு சிந்தனையையும் ஒவ்வொரு கோட்டில் ஒரு மைய வார்த்தையில் வெளிப்படுத்துங்கள். ஒவ்வொரு வார்த்தைக்கும் 360 டிகிரியிலும் கோடுகள் போடுங்கள். மீண்டும் இதைப்போல தொடருங்கள். எங்கு வேண்டுமானாலும் தொடங்கலாம். எங்கு வேண்டுமானாலும் தொடரலாம். எப்படி வேண்டுமானாலும் வெளிப்படுத்தலாம். வண்ணம், வடிவம், மொழி, எண்கள், உவமை என எதை வேண்டு மானாலும் சேர்க்கலாம். நீக்கலாம். எடுத்த மைண்ட் மேப்பை பிறகு எப்போது வேண்டுமானாலும் தொடரலாம். முடிக்கலாம்.

ஒரு நவீன ஓவியம்போல முதலில் குழப்பமாகத் தோன்றும் இந்த மன வரைபடம் 100% உங்கள் நினைவில் நிற்கும். தேவைப்பட்ட அத்தனை விஷயங்களையும் ஞாபகம் வைத்துக்கொள்ள உதவும்.

இதன் பயன்கள் எந்த விஷயத்தையும் திறமையாக வேகமாக நோட்ஸ் எடுத்துக் கொள்ளலாம். நல்ல திட்டமிடல் கருவி இது. அருமையான படைப்பாற்றல் முறை இது. கற்றல் கோளாறு உள்ளவர்களைக் குணப்படுத்தும் என்கிறார் பூசன்.

என் பள்ளி சார்ந்த கருத்தரங்களுக்கு நான் தவறாது மைண்ட் மேப் பயன் படுத்துவேன். நிர்வாகங்களுக்குத் தேவையைப் பொறுத்துப் பயன் படுத்துவேன்.

கார்ப்பரேட்கள் அநேகம் பேர் எளிதில் புரிந்து கொள்வார்கள். ஆனால் செய்யச் சிரமப்படுவார்கள். பள்ளி மாணவர்கள் புரிந்து கொள்ள மெனக்கெட மாட்டார்கள். ஆனால் பிரமாதமாய் செய்வார்கள். ஒவ்வொன்றும் அற்புதக் கலைப்படைப்பாய் தெரியும். ஒரு முறை ஒரு பையன் தன் கெமிஸ்ட்ரி சிலபஸ் மொத்தத்தையும் ஒரு மைண்ட் மேப் ஆக்கிக் காட்டினான்.

ஒரு குழுவாக்கப் பயிற்சியில் 20 பேர் சேர்ந்து 6 அடிக்கு 8 அடி என்ற அளவில் ஒரு மைண்ட் மேப் செய்தார்கள் ஊட்டி குளிரில். அடுத்த 5 ஆண்டுகளில் என்ன செய்யணும் என்று திட்டமிட்டார்கள்.

ஒரு பிரபல ஆங்கில வார இதழ் ஆசிரியர் குழுவுக்குப் படைப்புத்திறன் பற்றிப் பயிற்சி எடுக்கையில் அவர்கள் மொத்தக் குழுவும் சேர்ந்து ஒரே A4 பேப்பரில் ஒரு கலைப்படைப்பை உருவாக்கியது இன்னொரு பரிணாமம். அவர்கள் தங்களை விமர்சனம் செய்து கொண்டார்கள்!

யாருக்கு இந்தப் புத்தகம் அவசியம்? மாணவர், ஆசிரியர், மேலாளர்... எந்தத் துறையாக இருந்தால் என்ன, மூளை உள்ளவர்கள் அனைவரும் படிக்கவேண்டிய புத்தகம் இது. இதை வியாபாரம், அறிவியல், கல்வி எனப் பல பகுதிகளில் புத்தக்கடைகளில் காணலாம். ஏன் இது Best Seller எனப் படிக்கையில் புரிகிறது.

இயற்கையின் ஒவ்வொரு அங்கமும் (மரம், மின்னல் பூமி இப்படி) மைண்ட் மேப் வடிவிலேயே இருப்பதைப் புத்தகத்தின் அழகான படங்கள் தெரிவிக்கிறது. வழுப்பான பக்கங்களும், வண்ணப் படங்களும், பெரிய எழுத்துக்களும், ஏராளமான மைண்ட் மேப்களும் இதை ஒரு குழந்தைகள் புத்தகம்போல நம்மைக் குதூகலமாகப் படிக்க வைக்கிறது.

நாமும் குழந்தைகள் தானே? என்ன... சற்று வளர்ந்த குழந்தைகள்!!

16

காசு மேலே காசு வந்து கொட்டுகிற நேரமிது

The Millionaire Course

Mark Allen

கலைஞர்கள் வறியவர்கள். செல்வம் சேர்ப்பதில் தோற்றுப்போனவர்கள். கலை விலை போகாது. நிஜமான கலை என்றால் அது வணிகத்துக்கு எதிரானது என்பது போன்ற கற்பிதங்கள் இங்கு மட்டுமல்ல, உலகம் முழுவதிலும் புழக்கத்தில் உள்ளன. தான் மடிந்து கலையை வாழவைத்த கலைஞர்களைக் காவியப்படுத்தி யிருக்கிறோம். தோல்வியில் சுகம் கண்டிருக்கிறோம். ஒரு masochistic pleasure ல் திளைக்கிறோம்.

சில நேரங்களில் அது எல்லை மீறி, வணிக வெற்றி பெற்றதாலேயே சில கலைஞர்களை உதாசீனப்படுத்தியும் இருக்கிறோம். பணம் பண்ணுபவன் எப்படிக் கலைஞன் ஆக முடியும்? ‘புரிகிற மாதிரி எழுதினால் அதை எப்படிச் சிறந்த இலக்கியம் என்று ஒப்புக்கொள்வது’ என்பது போன்றது இது! ஆனால், கலைஞனாகவும் இயங்கிச் செல்வமும் சேர்க்க முடியும் என்பதைப் பலர் நிரூபித்தும் அதை ஒப்புக்கொள்வதில் சிக்கல் உள்ளது.

கலையை விடுங்கள். மனதுக்குப் பிடித்த வேலை செய்யணும் என்றாலே உடனே நாலா பக்கத்திலிருந்தும் அறிவுரைகள் கொட்டும்: அதுல பணம் பண்ண முடியாது. பிராக்டிகலா யோசி. இது வாழ்க்கைக்கு உதவாது. லட்சியம் எல்லாம் பேச நல்லா இருக்கும். முதல்ல

செட்டிலாக ஒரு வேலையை பிடிச்சிக்கோ. இதெல்லாம் எல்லாம் முடிஞ்ச பிறகு வெச்சுக்கோ.

கலை என்று இல்லை. மனதுக்கு பிடித்த எந்த வேலையும் (ஓ! அதுதான் கலையோ?) ஆசைப்பட்டு செய்து செல்வம் சேர்த்து சந்தோஷமாக வாழலாம் என்கிறார் மார்க் ஆலன் The Millionaire Course புத்தகத்தில்.

ஒரு கலைஞனாய் வாழத் தீர்மானித்து, பிறகு ஆன்மிகத் தேடலில் சில வருடங்கள் செலவிட்டு, எழுத்தாளனாக, பதிப்பாளனாக, வியாபாரி யாக அவதாரமெடுத்ததோடு, கலைஞனாகதான் வேண்டுவன யாவும் பெற்ற கதை ஆலனுடையது. அவர் எழுதிய இந்தப் புத்தகம் பணக்காரன்/காரி ஆவது எப்படி என்று சொல்வதைவிட உங்கள் கனவுகளை மெய்ப்படுத்துவது எப்படி என்று சொல்கிறது. தலைப்பு ஒரு விற்பனை உத்திதான்.

12 பாடங்கள். ஒவ்வொன்றும் நடைமுறைப்படுத்தக்கூடியவை. மிக எளிமையான மொழி. சொல்ல வருகிற விஷயத்தை விளக்க பைபிள், கீதை, ரமணர் உரையிலிருந்து ஸ்டீபன் கோவி, ஷக்தி கவைன், எகார்ட் டாலெ, தீபக் சோப்ரா என்று நிபுணர்களின் வரிகளைச் சரியான இடங்களில் சேர்க்கிறார். தன் சொந்த வரிகளிலும் முக்கிய விஷயங் களை Keys என்று குறிப்பிட்டு மனத்தில் பதிய வைக்கிறார். மொத்தம் 163 சாவிகள். இந்த வடிவமைப்பு வாசிப்பை எளிமைப்படுத்துவதுடன் சுவாரசியப்படுத்துகிறது.

12 பாடங்கள் என்ன என்று பார்ப்போம்.

1. உங்கள் வாழ்க்கைபற்றிய லட்சியக் காட்சியை மனதில் பதிவு செய்யுங்கள். தன்னம்பிக்கை மிகுந்த வார்த்தைகளில் அவற்றை உருவேற்றுங்கள். வெறும் கனவாக இல்லாமல், யதார்த்தம்போல நுணுக்கமாகக் காட்சிப்படுத்துங்கள்.

2. உங்கள் திட்டத்தை மிக எளிமையாக எழுதுங்கள். வெறுமனே யோசித்தால் எதுவுமே நடக்காது. உட்கார்ந்து விரிவாக எழுதினால் எல்லாமே நடக்கும்.

3. உங்கள் தொழில்/ வேலை எது என்பதையும் அதற்கான சரியான நோக்கத்தையும் தெளிவுபடுத்துங்கள்.

4. உங்கள் நெருக்கடிகளில் தென்படும் அனுகூலங்களைப் பட்டிய லிடுங்கள். இவைதான் நம்பிக்கை தரும் பாடங்கள். வெற்றிக்கான சிந்தனைகள் என்கிறார்.

5. கூட்டணிதான் வெற்றி பெறும். எல்லாரிடமும் கூடி இயங்கக் கற்றுக்கொள்ளுங்கள்.

6. நல்ல திட்டமும் வெளிப்படையான நிர்வாகமும் நெருக்கடிகளைக் குறைக்கும். நெருக்கடிகள் குறையும்போதுதான் அந்த சக்தியை ஆக்கபூர்வமாகச் செலவிட முடியும்.

7. மாறுதல்களை நேசியுங்கள்.

8. உங்கள் ஆதார நம்பிக்கைகளை அடிக்கடி ஆராயுங்கள். தேவைப் படும் பொழுது அவற்றை மாற்றத் தயங்காதீர்கள்.

9. அளவற்ற, குறையா செல்வத்தில் நம்பிக்கை கொள்ளுங்கள். உங்கள் தேவைக்கு ஏற்ப அது என்றும் கிடைக்கும் என்று நம்புங்கள்.

10. கொடுப்பதில் வரையறை வேண்டாம். கொடுப்பதே பெருகும். ஒவ்வொரு சந்தர்ப்பத்திலும் கொடுங்கள்.

11. ஆன்மிகத் தேடல் உதவும். பிரார்த்தனையும் தியானமும் கை கொடுக்கும்.

12. பிடித்ததைச் செய்யுங்கள். வெற்றி கிடைக்கும். உங்களுக்கும் உலகத்துக்கும்.

இவை பொது அறிவுரைகள்போலத் தோன்றினாலும் ஒவ்வொன்றும் ஒரு அறிவியல் விளக்கப் பாடம்போலச் சொல்லப்படுகிறது.

செல்வம் மனப்பான்மை சார்ந்தது என்பதைச் சொல்லும் புத்தகங்கள் புதிதல்ல. நெப்போலியன் ஹில் இதன் பிதாமகர். செல்வந்தர் ஒவ்வொருவராய் பேட்டி கண்டு அவர்களின் எண்ணங்கள். வாழ்க்கை முறைகள், முடிவு எடுக்கும் திறன்கள் போன்ற உளவியல் சமாசாரங் களை எல்லாருக்கும் புரியும் வண்ணம் எழுதினார். அது பல மடைகளைத் திறந்துவிட்டது.

இதற்கும் முன்னர் நம் எண்ணங்கள்தான் நம் வாழ்க்கை என எழுதி ஆங்கில ''சுய உதவி'' இலக்கியத்துக்கு வித்திட்டவர் ஜேம்ஸ் ஆலன் (இவர் இந்த நூலாசிரியர் மார்க் ஆலனுக்கு உறவினர் அல்ல!). 1904ல் As a Man Thinketh என்று அவர் எழுதிய புத்தகத்தின் தாக்கம் இல்லாமல் இதுவரை ஒருவரும் எழுதவில்லை. இந்தப் புத்தகமும் அதற்கு விதி விலக்கில்லை.

ஆனால், இந்தப் புத்தகத்தை நான் பரிந்துரை செய்யக் காரணம் இதன் தொனி. ஒரு நண்பனின் குரல்போல ஒலிப்பது. பிரசங்கம் இல்லை. பாசாங்கு இல்லை. சொந்த வாழ்க்கை நிகழ்வுகள் வலு சேர்க்கின்றன.

இந்தப் பாடங்களால்தான் கோடீஸ்வரன் ஆனேன் என அவர் சொல்லும் விஷயங்கள் யாவும் நம்பத் தகுந்தவை. அதுபோல வடிவமைப்பும் விற்பனை உத்திகள் கொண்ட மொழியும் ஒவ்வொரு சுய உதவி எழுத்தாளனும் படித்துத் தெரிந்துகொள்ள வேண்டியவை.

யாருக்கு இல்லை பணம் பண்ணும் ஆசை? பிடித்ததை ஆசையுடன் செய்து அதில் வசதியும் புகழும் செல்வமும் வந்தால் வேண்டாம் என்றா சொல்லப் போகிறோம்? எம். எஃப். ஹுசைனும், அமீர்கானும், விக்ரம் சேத்தும், பிரணாய் ராயும், டெண்டுல்கரும், ஏ.ஆர். ரஹ்மானும் கலை, காசு இரண்டிலும் சாதிக்கவில்லையா?

மார்க் ஆலனாலும் இவர்களாலும் முடிந்தது உங்களாலும் என்னாலும் முடியாதா என்ன?

17

உங்களுக்கு திங்கட்கிழமை திகிலா?

Fish: A Proven Way to Boost Morale and Improve Results

Stephen C. Lundin and Harry Paul

திங்கட்கிழமை காலை என்றால் உங்கள் மனதுக்கு என்ன தோன்றுகிறது? ''ஐயோ...மீண்டும் ஆஃபிஸா? அதே ஓட்டம்... அதே போராட்டமா?'' என்று மனம் கலவர மடைகிறதா? அல்லது ''சூப்பர். நாளை திங்கட்கிழமை. பட்டையைக் கிளப்பிவிடலாம்!'' என்று பணியிடத்தை நினைத்து மனம் குதூகலம் கொள்கிறதா?

இதுதான் உங்கள் வாழ்க்கையின் உற்சாகத்தை நிர்ணயிக்கிறது. உங்கள் வாழ்வின் விழிப்பு நேரத்தில் 75% வேலைக்காகச் செலவிடுகிறீர்கள். அதில் எவ்வளவு உற்சாகமாக இருக்கிறீர்கள் என்பதுதான் உங்கள் வாழ்வின் உற்சாகத்தையே தீர்மானிக்கிறது.

என் தந்தை அரசாங்கத்தில் பணிபுரிந்து ஓய்வு பெற்றவர். பணியில் நேர்மையும் திறமையும் அர்ப்பணிப்பு உணர்வும் கொண்டு பணியாற்றியவர். தன் குழுவினரை உற்சாகமாக வைத்து வேலை வாங்குவதைப் பார்த்திருக்கிறேன்.

வெகு சில நாட்களே அவர் என்னைத் தன் அலுவலகத்தில் அனுமதித்திருக்கிறார். எழிலகம் வளாகத்தில் பல துறைகள் தாண்டி அவர் அறைக்குச் செல்லவேண்டும். நவாப் அரண்மனையின் கட்டமைப்பும், அடர்ந்த மரங்கள்

கொண்ட சூழலும், கடற்கரை காற்றும் மிகுந்த ஈர்ப்பை எனக்குள் ஏற்படுத்தும். ஆனால் வழி நெடுகிலும் உள்ள மனிதர்கள் பெரும்பாலும் உணர்வுகள் அற்று, கனத்த மௌனத்துடன், இயந்திரத்தனமாக நகர்ந்து, போலி மரியாதையுடன் மேலதிகாரிகளுக்கு விலகி, கோப்புகளை கைகள் நகர்த்தினாலும் மனம் எங்கோ உள்ளதுபோல...ஒரு திறந்தவெளி சிறைச்சாலை கைதிகள் பணியாற்றுவதுபோலத் தோன்றும்.

அதிலும் குறிப்பாக ஒருவர் பற்றி என் அப்பாவிடமே கேட்டு விட்டேன்: ''ஏம்ப்பா அவர் எப்பவும் எழவு வீட்டிலே உட்கார்ந் திருக்கிற மாதிரியே இருக்கிறார். 'பாடி எடுத்தாச்சா?' ன்னுதான் கேக்கத் தோன்றும் அவரைப் பார்த்தாலே!''

என் தந்தை அவரை விட்டுக் கொடுக்கவில்லை. இருந்தும் என் சொல்லாடலை ரசித்தார். பிற்காலங்களில் அரசு வேலைகளில் நடுத்தட்டு மக்களின் சிக்கல்களையும் அரசு அலுவலக கலாசாரத்தையும் அறிந்த பின் அவர் போன்றோர் மீது புரிதலும் அனுதாபமும் வந்தது. அதைவிட பரிதாபம் அரசாங்க அலுவலகங்களுக்கு தங்கள் வேலைக்காக வந்து நிற்கும் மக்கள் கூட்டம் மேல் வந்தது.

லஞ்சம், சுரண்டல், ஏமாற்று வேலை பற்றிப் பேசவே வேண்டாம். நேர்மையானவர்கள்கூட மக்கள் மீது அலட்சியம், வேலை பற்றித் தெளிவு தராமை, எதிராளியின் நேரத்தை மரியாதை செய்யாமை எனப் பொறுப்பற்றுச் செயல்படுகிறார்கள்.

இது வேலை உத்தரவாதம் கொண்ட அரசாங்கத் துறைகள், அரசு வங்கிகள், மின்சார வாரியம் மட்டுமின்றி பணிப் பாதுகாப்பு இல்லாத தனியார் நிறுவனங்களிலும் பார்க்கிறோம்.

''போன் பண்ணா எடுக்கவே மாட்டாங்க. இல்லாட்ட போனை கீழ எடுத்து வச்சுடுவாங்க.''

''ஆஃபீஸ்ல அவங்களப் பிடிக்கறது ரொம்ப கஷ்டம்.''

''எல்லாத்துக்கும் ஒரு காரணம் சொல்லுவாங்க. காரியம் நடக்காது.''

''எந்தக் கேள்வி கேட்டாலும் நாம தப்பு பண்ற மாதிரியே பதில் சொல்வாங்க.''

இவற்றை எங்கெல்லாம் கேட்கிறோம்? இது ஏன்? உற்சாக சக்தியுடன் வேலை செய்யாதோர் தங்கள் சக பணியாளர்களிடமும் வாடிக்கை யாளர்களிடமும் திருப்திகரமாகச் செயல்பட முடியாது.

இவர்களிடம் உள்ள சக்தி நிலையை Toxic Dump *(விஷச் சாக்கடை)* என்கின்றனர் Fish புத்தகத்தில் அதன் ஆசிரியர்கள். ஸ்டீபன் லுண்டின்,

ஹேரி பால் மற்றும் ஜான் க்றிஸ்டென்சன் எழுதிய இந்தச் சிறிய 100 பக்கப் புத்தகம் ஒரு Best Seller.

சோர்வடைந்த, உற்சாகம் இழந்த பணியாளர்களை உத்வேகப்படுத்தி அதன் மூலம் வியாபார வெற்றிகள் பெறுவது எப்படி என்று சொல் வதினால் இது இருட்டுக்கடை அல்வாபோலச் சுடச்சுட விற்றுக் கொண்டிருக்கிறது உலகமெங்கும்.

ஒரு நிறுவன ஆலோசகனாகப் பல முறை இந்தப் புத்தகத்தை முதலாளிகளை வாங்கிப் படிக்கச் சொல்லியிருக்கிறேன். இந்தப் புத்தகம் வீடியோ படமாகவும் வந்துள்ளது. இதன் சாரத்தைப் பயிற்சி மூலம் முதலிலும் பின்னர் சரியான மனித வளச் செயல்பாடுகளால் ஒரு புதுப் பணி கலாசாரமாகவும் கொண்டுவந்தால் அது வியாபாரத்தைக் கூட்டும் என்று அடித்துச் சொல்வேன்.

Fish ஒரு புனை கதை. அதனால் ஒரு கதை படிக்கும் சுவாரசியத்துடன் பாடத்தையும் படிக்கலாம். மேரி ஜேன் புதிதாகச் சேர்ந்த அதிகாரி. அந்த நிறுவனத்தின் மூன்றாம் மாடி தவறான காரணங்களுக்காக மிகப் பிரபலம். Toxic Dump என்று சொல்லப்படும் அளவுக்கு மோசமான மனிதர்கள். அவர்களிடம் பேசவே தயங்குகிறார்கள் எல்லாரும். அது நிறுவன முடிவுகளையும் பாதிக்கிறது. என்ன செய்ய என்று தெரியாமல் குழம்பிப் போகிறாள் மேரி.

அப்போது எதேச்சையாகப் பகல் நேர உலாவாகப் பக்கத்துத் தெருவுக்குச் செல்கையில் ஒரு மீன் சந்தை தென்படுகிறது. தென் படுகிறது என்பதை விடக் கேட்டது என்று சொல்வதே சரி எனும் அளவுக்கு ஆரவாரமான அமளி. மீன் விற்பதிலும் வாங்குவதிலும் இவ்வளவு உற்சாகமும் சந்தோஷமும் இருக்கமுடியுமா எனும் அளவுக்குக் கொண்டாட்டம். ஒவ்வொரு மீனையும் ஊர்ப் பெயர் சொல்லித் தூக்கி எறிய ஒருவர் லாகவமாக ஒற்றைக்கையில் பிடித்துப் பொட்டலமிடுகிறார். பாட்டும் நடனமும் சேர்ந்த திருவிழா சூழ்நிலை.

உடன் பணியாற்றும் பில் என்பவன் சியாட்டலில் உள்ள பைக் ப்ளேஸ் ஃபிஷ் மார்கெட் எனும் அந்த இடத்தின் தொழில் உளவியல் தன்மையை விளக்குகிறான்.

அந்தப் பாடங்களைக் கொண்டு தன் நிறுவனத்தின் பணிக் கலாசாரத்தை மாற்றி அமைக்கிறார்கள். இதுதான் கதை.

4 பாடங்கள் தான்:

1. Choose your Attitude - உங்கள் மனோபாவத்தைத் தேர்ந்தெடுங்கள்.

2. Play- விளையாடுங்கள்

3. Make their day- எதிராளியின் தினத்தை அர்த்தப்படுத்துங்கள். முழுமையாக்குங்கள்.

4. Be Present- இங்கு, இப்போது முழுமையாகப் பணியாற்றுங்கள்.

ஸ்டீபன் லூண்டின் டாக்டரேட் பட்டம் பெற்றவர், பேச்சாளர், நிர்வாகப் பயிற்சியாளர், சினிமாக்காரர் என என் பிரதி பிம்பம் போலுள்ளதால் அவர் படைப்பைப் பிடித்துப் போனதில் ஆச்சரியம் இல்லை. அது மட்டுமின்றி ஹேரி பால் எனும் கென் ப்ளாங்கார்ட் நிறுவனத்தை சேர்ந்தவரையும், ஜான் க்றிஸ்டென்சன் எனும் விருது வாங்கிய திரைப்பட இயக்குனரையும் வைத்து எழுதி இந்தப் புத்தகத்தின் ஆழத்தையும் வீச்சையும் அதிகப்படுத்தியுள்ளது என்னைப் பெரிதும் கவர்ந்தது.

இந்த மீன் உங்கள் பணியாளர்களை உற்சாக சமுத்திரத்தில் தள்ளி/ துள்ளி விளையாட வைக்கும் என்பதில் சந்தேகமில்லை.

18

உலகத்தை மாற்றலாம், வாங்க!

How to Change the World

Social Entrepreneurs and the Power of New Ideas

David Bornstein

''அசோகர் சாலைகள் அமைத்தார்...மரங்கள் நட்டார்..'' என்று வரலாற்றுப் பாடத்தை விருப்பமில்லாமல் மேம் போக்காகப் படித்தவர்கள் அதிகம் இங்கு. ஆனால், பில் ட்ரேட்டனுக்கு அசோகர் தன் வாழ்க்கையைப் புரட்டி போட்ட ஆதர்ஷ நாயகனாகத் தென்பட்டார். அதற்கு முன்னர் காந்தி மற்றும் வினோபா பாவே செயல்பாடு களை அறிய இந்திய வரலாற்றை கரைத்துக் குடித்திருக் கிறார். இங்கு வந்து பாவேவின் களப்பணிகளை நேரில் பார்த்திருக்கிறார்.

''எப்படி முடிகிறது இவையெல்லாம்?'' என நிறைய யோசித்திருக்கிறார் ஹார்வர்டில் பொருளாதாரம் படித்து, பின் சட்டம் படித்து நிர்வாக ஆலோசகராக இருந்த பில் ட்ரேட்டன்.

பின்னர், 1978-ல் அமெரிக்காவில் சுற்றுச்சூழல் பாதுகாப்பு முகமையின் உதவி ஆட்சியாளராக இருந்தார். அப்போது துவங்கப்பட்டதுதான் அசோகா அமைப்பு. அசோகா சமூக மாற்றம் சார்ந்த தொழில் முனைவோருக்கான மூலதன நிறுவனம் என சுருக்கமாகச் சொல்லலாம். ஆனால், அது சரியான புரிதலை ஏற்படுத்தாது.

சமூகச் சிந்தனையையும் நிர்வாகத் திறமையையும் இணைக்கும் புள்ளிகள் எவை என்று ஆராய்ந்திருக்கிறார். சமூகத்தை மேம்படுத்தக் கூடிய, அதைத் தொழிலாகச் செய்யத்தக்க, பழுதில்லாத விழுமியங்கள் கொண்ட மனிதர்களைத் தேடிப் பிடித்து நிதி உதவி செய்கிறது அசோகா. 2004 வரை கிடைத்த புள்ளி விவரத்தின்படி உலகமெங்கும் 1400 சமூக முனைவோருக்கு இந்திய மதிப்பில் 180 கோடிக்கு மேல் நிதி வழங்கப்பட்டுள்ளது.

கிராமீன் வங்கி பற்றிப் புத்தகம் எழுதிய டேவிட் போர்ன்ஸ்டீனுக்கு 5 ஆண்டுகள் களப்பணி செய்ய உதவி செய்து 90 சமூக முனைவோரை உலகம் முழுவதும் சென்று சந்திக்க வைத்து பின் புத்தகம் எழுதச் செய்தது இந்த அமைப்பு. பெங்குவின் வெளியிட்ட How to Change the World : Social Entrepreneurs and the Power of New Ideas இந்தப் புத்தகம் 2004ல் வெளி வந்துள்ளது. தமிழில் திரு. பொன் சின்னதம்பி முருகேசன் என்பவரால் மொழி மாற்றம் செய்யப்பட்டு சென்னையைச் சார்ந்த Centre for Social Initiative and Management என்கிற அமைப்பு வெளியிட்டுள்ளது. ''புதியதோர் உலகம் செய்வோம்'' என்கிற தமிழ் தலைப்பும் மிகக் கச்சிதம்.

நம் இன்ஃபோஸிஸ் நாராயணமூர்த்தி அணிந்துரை வழங்கியிருக்கிறார். ''அற்புதமான வகையில் நம்பிக்கையூட்டுகிறது. தெளிவைத் தருகிறது. இந்த சமூக முனைவோரின் கதைகள் மேம்பட்ட உலகை அமைக்கப் புறப்பட்டவர்களுக்குத் தூண்டுதலளித்து ஊக்குவிக்கும்'' என்று இந்தப் புத்தகம் பற்றிக் கருத்துத் தெரிவிக்கிறார் நம் நினைவில் வாழும் நெல்சன் மண்டெலா.

9 சமூக முனைவோரின் கதைகள்தான் இந்தப் புத்தகம்.

சமூக முனைவோருக்கும் தொழில் முனைவோருக்கும் என்ன வேறுபாடு? பொருளாதாரம் பெருக முனைவோர்கள் பின்னவர்கள். சமூக மாற்றத்துக்கு வித்திடுபவர்கள் முன்னவர்கள். பொருளாதார முன்னேற்றம் சிலருக்கு சமூக மேம்பாட்டைத் தரும். ஆனால் சமூக மாற்றம் பொருளாதார விடுதலையைப் பெற்றுத்தரும்- மிகப் பெரிய அளவில்.

ஊனமுற்றோர் உரிமைகள் மற்றும் வேலை வாய்ப்புக்குப் பணியாற்றும் புது தில்லியைச் சேர்ந்த ஜாவேத் அபிதி, குழந்தைகளுக் கான அவசர உதவி தொலைபேசியை நிறுவிய மும்பையைச் சேர்ந்த ஜெரு பில்லிமோரியா, மாற்றுக் கல்வி முறைகளை நடைமுறைப் படுத்தும் கிளோரியா தி சோசா, கிராமப்புறத்துக்குக் குறைந்த விலை மின்சார வினியோகம் செய்யப் போராடிய பிரெசிலைச் சேர்ந்த ஃபெபியொ ரோசோ என மெய் சிலிர்க்க வைக்கும் கதைகள்.

எல்லாச் செயல்பாடுகளும் கல்வி, மருத்துவம், கிராமப்புற வளர்ச்சி, குழந்தைகள்/ பெண்கள் மேம்பாடு போன்ற துறைகளிலேயே உள்ளது

ஒவ்வொருவரையும் ஆசிரியர் நேரில் சென்று பேசி அனுபவங்களை எழுதியது அந்தக் கருத்தாக்கத்தின் மீதும் செயல்பாடுகள் மீதும் நம்பகத் தன்மையைக் கூட்டுகின்றன.

இவ்வளவு ஊக்கம் தரும், உண்மைக் கதைகள் கொண்ட, சமூக முனைவோர் பற்றிக் கருத்தாக்கம் கொண்ட, நம் நாட்டுக்குப் பெரிதும் தேவையான இந்த ஆங்கிலப் புத்தகமும் அதன் தமிழாக்கமும் ஏன் பெரிதாகப் பேசப்படவில்லை எனத் தெரியவில்லை.

என்னைக் கேட்டால் மாணவர்கள், ஆசிரியர்கள், பெற்றோர்கள், சமூக நலப் பணியாளர்கள், ஊடகக்காரர்கள் , தனியார் நிறுவன முதலாளிகள், அரசு அதிகாரிகள், திட்டப் பணியாளர்கள், அரசியல்வாதிகள் என அனைவரும் அவசியம் இதைப் படிக்கவேண்டும்.

நம்மாழ்வர் மறைவுக்குப் பிறகு நிறைய அவரைப்பற்றி யோசித்தேன். அவருக்கு இன்னமும் அதிக ஆதரவு, அதிக உதவி, அதிக வெளிச்சம் கிடைத்திருக்கவேண்டும் என்று தோன்றியது. அவர் மரணத்துக்கு வந்த கூட்டம் பற்றி இதழியல் சாந்த நண்பர் கூறுகையில் ஜீன்ஸ் இளைஞர்கள்தான் நூற்றுக்கணக்கில் வந்திருந்ததாகச் சொன்னார்.

நிஜ நாயகர்களை அறிந்து கொள்ள, கொண்டாட, இணைந்து செயல்பட என்றுமே இளைஞர்கள் தயாராகத்தான் இருக்கிறார்கள். ஆனால் அவர் களைச் சரியாகப் பதிவு செய்து, ஆதரவளித்து அவர்களின் கருத்தாக் கங்களை மக்களுக்கு எடுத்துச் செல்வதுதான் குறைவாக உள்ளது.

நம்மில் பலருக்கு உலகை உன்னதப்படுத்தும் கனவுகள் உண்டு. அதற்கான ஆசை மட்டுமின்றி அதற்கான பல திறன்களை வளர்த்துக் கொள்ளுதல் அவசியம். லாபம் மட்டுமே குறியாகச் செயல்படும் நிறுவனங்களை நடத்தத் தேவைப்படும் திறன்களில் பல சமூக மாற்றத்துக்காகச் செயல்படும் நிறுவனங்களுக்கும் தேவைப் படுகின்றன. ஒரு அரசியல் கட்சி நடத்தத் தேவைப்படும் திறன்களில் பல இந்த சமூக மாற்ற நிறுவனங்களுக்கும் தேவைப்படுகின்றன.

எல்லாவற்றுக்கும் பொதுவாக நிர்வாகத்தில் நேர்மையும் ஒளிவு மறைவற்றதன்மையும் வழி நடத்தும் மனிதர்களின் ஒழுக்கமும் அதிமுக்கியமானவை. தனியார் நிறுவனங்களுக்கு சமூகப் பொறுப்பு என சி.எஸ்.ஆர் மூலம் கட்டாயமாக்கப்பட்ட இந்தத் தருணத்தில் அரசும் தனியார் நிறுவனங்களும் சேர்ந்து 100 புதிய சமூக முனை வோர்களைச் சுலபமாகத் தேர்ந்தெடுத்து வளர்க்கலாம். ஊடகங்கள் புதிய முயற்சிகளை மக்களிடம் கொண்டு செல்லலாம்.

எந்தப் பின்புலமும் கட்சிக் கட்டமைப்பும் இல்லாத ஆம் ஆத்மி கட்சியை மக்கள் தேர்ந்தெடுத்ததற்குக் காரணம் நடைமுறை (அரசியல் வாதிகள்) மேல் உள்ள தீராத வெறுப்பும், நம்பிக்கை தரும் புதிய முயற்சிக்கான ஏக்கமும்தான் எந்தத் தயக்கமுமின்றி ஆதரவளிக்கச் செய்தது.

ஒரு தொண்டு நிறுவனம் ஆரம்பிக்கணும் என்பவர்கள் அவசியம் இதைப் படிக்கவேண்டும்.

''கெட்ட போரிடும் உலகத்தை வேரோடு சாய்ப்போம்'' என்ற பாவேந்தர் பாரதிதாசனின் சூளுரைக்கு முதல் வரிதான் தீர்வாகத் தெரிகிறது. புதியதோர் உலகம் செய்வோம்!

புத்தகத்தின் அட்டை சிவப்பில் அமைந்துள்ளது குறிப்பிடத்தக்கது.

19

தொழில் செய்ய விரும்பு

The High Performance Entreprenuer

Subroto Bagchi

இந்த தேசத்தில் முதல் தலைமுறை தொழில் முனைவராக உருவெடுப்பதைத் தலைப்பிரசவத்துடன் தாராளமாக ஒப்பிடலாம். குறிப்பாகத் தமிழ் நாட்டில் வேலையில் உள்ளோர்க்கு உள்ள மரியாதை தொழில் துவங்கியவர்க்குக் கிடையாது. வீடு கொடுப்பதிலிருந்து, கடன் கொடுப்பதிலிருந்து, பெண் கொடுப்பது வரை சிக்கல்தான். ''என்னமோ பிசினஸ் என்கிறான்; என்ன பிசினஸோ?'' என்பார்கள். குஜராத்தில் எவ்வளவு பெரிய வேலை என்றாலும் ''வேலைக்காரன்தானே.. தனக்கென்று ஒரு சின்னத் தொழில்கூட இல்லையே!'' என்பார்கள். அதனால்தான் அவர்கள் படிக்கும்போதே தொழில் செய்யக் கற்றுக் கொள்கிறார்கள். நம்மவர்கள் நன்கு படித்து அவர்களிடம் வேலை செய்கிறார்கள்!

கடந்த பத்து ஆண்டுகளில் இங்கும் சில மத்தியமர்கள் ஐ.டி தொழில் ஆரம்பித்து சக்கை போடு போட்டாலும் பெரிதாக அது சமூக மதிப்பீட்டை மாற்றவில்லை. சென்ற ஆண்டு நடந்த ஓர் ஆய்வில் எம்.பி.ஏ (வியாபார நிர்வாகத்துக்கான படிப்பு) மாணவர்களில் 2% மட்டுமே தொழில் தொடங்க ஆசைப்படுவதாகத் தெரிவித்தது எனக்கு சற்றும் அதிர்ச்சியாக இல்லை.

ஒருபுறம் பிசினஸ் பற்றி அதீதக் கவர்ச்சி இருந்தாலும், தொழில் துவங்குவது பற்றித் தவறான எதிர்பார்ப்புகள் இங்கு உள்ளன. நம் சினிமாக்கள் வேறு மூன்று நிமிடப் பாடலில் நாயகர்களைத் தொழில் அதிபர்கள் ஆக்குகிறதல்லவா? சீக்கிரம் பணம் சம்பாதிக்கணும் என்பதற்காகத் தொழில் துவங்கும் அறியாமையைப் பலரிடம் பார்க்கிறேன்.

''எதுவும் கிடைக்காவிட்டால் பிசினஸ் ட்ரை பண்ணு!'' என்பதையும் சிலர் சொல்லக் கேட்டிருக்கிறேன். சிலர் வேலை போனால் அடுத்த வேலை கிடைக்கும்வரை ''பிசினஸ்'' என்று சொல்லிச் சுற்றி வருவார்கள். பிறகு ''அதெல்லாம் நமக்கு செட் ஆகாது'' என்பார்கள்.

எனக்குத் தெரிந்து பல தொழில்களில் கை வைத்து எதுவும் உருப்படாமல் வாழ்க்கையைப் போக்கியவர்கள் அதிகம். ''நேரம் சரியில்லை. மார்க்கெட் மோசம். நிதி பற்றாக்குறை. கடன் அதிகமாகி விட்டது. பார்ட்னர் ஏமாற்றி விட்டார்'' என்று நிறையக் காரணங்கள் சொல்வார்கள். உண்மை என்னவென்றால் தொழில் திறன்கள் இல்லாதது தான்.

இந்தத் தவறான தொழில் நிர்வாகத்தால், சொத்துக்கள் விற்று, நகைகள் அடகுக் கடையில் மூழ்கி, சொந்தங்களில் சச்சரவுகள் ஏற்பட்டு, வாழ்க்கையைத் தோல்வியில் முடித்துக்கொண்டு இவர்கள் பிள்ளைகளிடம் சொல்லும் பாடம் : ''பிசினஸ் எல்லாம் நமக்கு ஒத்து வராது. நல்ல வேலைக்குப் போய் மாதம் நிரந்தர வருமானம் சம்பாதி. அதுதான் நமக்கெல்லாம் நல்லது.''

தவறான தொழில் நிர்வாக முடிவுகளால் பாதிப்படைவது வியாபாரம் மட்டுமல்ல. அவர்கள் குடும்பமும்தான்.

Entrepreneurship எனப்படும் தொழில் முனைவோருக்கான படிப்பும் பயிற்சியும் இங்கு இருந்தாலும் இன்னமும் அது பிரபலம் இல்லை. தவிர அது பேராசிரியர்கள் கற்றுத் தர வேண்டிய பாடம் மட்டுமல்ல. தொழில் முனைவோர்கள் எடுத்துச் செல்ல வேண்டிய முயற்சி.

இந்தச் சூழ்நிலையில் சுப்ரதோ பக்சி எழுதியுள்ள The High Performance Entreprenuer எனும் புத்தகம் தொழில் துவங்கும் ஆசையுள்ள அனைவரும் அவசியம் படிக்க வேண்டிய நூல்.

விப்ரோவில் வேலை செய்துவிட்டு பின் அந்தச் செழுமையான அனுபவத்துடன் ஆரம்பிக்கப்பட்ட நிறுவனம் மைண்ட் ட்ரீ. அதன் நிறுவனர்களில் ஒருவரான சுப்ரதோ பக்சி எழுதியுள்ள சுய சரிதம் என்றும் ஒருவிதத்தில் சொல்லலாம்.

புத்தகம் ஆரம்பித்தவுடனேயே ஒன்று தெளிவாகத் தெரிகிறது. தொழில் துவங்குமுன் அந்தத் துறை சார்ந்த நல்ல கம்பெனியில் வேலை செய்தல் முக்கியம். ''இந்த வியாபாரத்தில் நல்ல காசு. நுழைஞ்சா அள்ளலாம்!'' என்று வெளியிலிருந்து பேசாமல், சம்பந்தப்பட்ட வியாபாரத்தை உள்ளிருந்து பிறர் காசில் செய்து, கஷ்ட நஷ்டம் அறிந்து பின் ஒரு பிசினஸ் பிளான் எழுதுகையில் தெளிவு கிடைக்கும். ஜெயிப்பதற்கான வாய்ப்புகளைக் கூட்டும்.

ஒரு தொழில் துவங்க உள்ள அனைத்து சவால்களையும் எதிர்கொள்வது எப்படி என நம்பிக்கையுடன் சொல்லும் இந்தப் புத்தகத்தைக் கல்வித் திட்டத்தில் சேர்க்கப் பரிந்துரைக்கிறேன்.

யாருடன் சேர்ந்து தொழில் செய்யவேண்டும்? தொழில் முனைவோரின் ஆதார குணங்கள் என்ன எனச் சொல்லும் ஒரு அத்தியாயத்தின் சுருக்கம் மட்டும் இங்கு தருகிறேன். நூலின் வீச்சு புரியும்.

''முதலில் சில கேள்விகளை உங்களிடம் கேட்டுக் கொள்ளுங்கள்:

உங்கள் வாழ்க்கையின் பெரும்பாலான முடிவுகள் நீங்கள் எடுத்தவையா? பிறர் எடுத்தவையா?

செய்முறைகளை (Processes) விரும்புவீர்களா? முடிவுகள் எதுவாக இருந்தாலும் செய்முறைகளை விரும்புவீர்களா?

மிகுந்த இக்கட்டான காலத்தில் எப்படி உணர்ந்துள்ளீர்கள்? உதவியற்று நிற்பதுபோலா? அல்லது தன்னம்பிக்கையுடனா?

உங்களால் எளிதில் நண்பர்களைச் சம்பாதிக்க முடியுமா?

உடலளவில், மனதளவில் உங்களிடமும் உள்ள நிறை குறைகள் தெரியுமா?

பிறரிடம் கூச்சப்படாமல் உதவி கேட்க முடியுமா?

வாங்குவதும் விற்பதும் உங்களை உற்சாகப்படுத்துமா?

மக்களைச் சந்திப்பதில் உங்களுக்கு மகிழ்ச்சி கிட்டுமா?

எடுத்த செயலை முடிக்கும் குணமுள்ளவரா நீங்கள்?''

இந்தக் கேள்விக்கான பதில்கள் உங்கள் வியாபார வெற்றியை நிர்ணயிக்கும் என்றால் நம்புவீர்களா?

தொழில் முனைவோருக்கான ஆதார குணங்களாக இவர் சொல்வது இவற்றைத்தான்:

- சுதந்திர உணர்வு கொண்டபோதும் மிகுந்த கட்டுப்பாடு கொண்டவர்கள்.
- கடின உழைப்புக்கும் குவிக்கப்பட்ட குறிக்கோளுக்கும் வேலை செய்பவர்கள்.
- வாய்ப்புகளுக்கு ஏற்ப வளைந்து செயல்படுபவர்கள்.
- ''தான்'' என்கிற அகந்தையை வேலை/ தொழிலில் காட்டாதவர்கள்.
- மிக முக்கியமாக- பணம் சம்பாதிப்பதை விரும்புபவர்கள்.

எதை அதிகம் நினைக்கிறாயோ, எதற்கு மரியாதை செய்கிறாயோ, எதைப் பற்றி அதிகம் பேசுகிறாயோ அது நிச்சயம் உனக்கு வாய்க்கும் என்பது உளவியல் உண்மை.

பணம் எனக்கு முக்கியமில்லை சார் என்று யாராவது பேசினால் வியாபாரத்தில் அவரைப் பக்கத்தில் வைத்துக் கொள்ளாதீர்கள் என்கிறார்.

அதேபோலத் தெரிந்தவர், சொந்தக்காரர், கொஞ்சம் பணம் போட்டவர், ரிட்டயர்ட் ஆகி வீட்டில் இருக்கிறார் என்று யாரையும் கூட்டாளி ஆக்காதீர்கள் என்கிறார். நிரூபிக்கப்பட்ட திறமை, நம்மிடம் இல்லாத (ஆனால் வியாபாரத்துக்குத் தேவையான) திறமை, ஒளிவு மறைவு அற்ற செயல்பாடு, பல வேலைகள் செய்யும் திறமை, அப்பழுக் கில்லாத நேர்மை, சகிப்புத் தன்மை, கருத்து வேறுபாடுகளைப் பேசி முடிக்கவல்ல ஆற்றல் மற்றும் நகைச்சுவை தன்மை என்று பட்டியல் போடுகிறார்.

இப்படி ஒரு புத்தகம் நான் தனியாகத் தொழில் தொடங்கும் போது ஏன் அகப்படவில்லை என்று ஆதங்கமாக உள்ளது.

பணம் மட்டும் இருந்தா நாளைக்கே பூஜை போட்டு துவங்கிடலாம் என்று நினைப்பவர்கள் ஒரு தரம் இந்தப் புத்தகத்தைப் படித்துவிட்டு முடிவு செய்தல் நல்லது!

20

விற்பனை யுத்தங்கள்

Marketing Warfare

Al Ries and Jack Trout

''விற்பனை என்பது போட்டியாளரை வீழ்த்தும் போர். நிஜப்போருக்கு உள்ள எல்லாக் குணங்களும் மார்கெடிங்குக்கு உண்டு'' என்கிறார்கள் ஆல் ரைஸ் மற்றும் ஜேக் ட்ரௌட். உலகின் முக்கிய நிறுவனங்களுக்கு உதவிய பிரபல விற்பனை ஆலோசகர்கள்.

Marketing Warfare இவர்கள் எழுதிய இரண்டாவது நூல். Positioning என்கிற யுத்தச் சொல்லாடலை விற்பனை நிர்வாக வார்த்தையாக மாற்றியவர்கள். அதே தலைப்பில் வந்த புத்தகம்தான் இவர்களை முதலில் அடையாளம் காட்டியது.

''வாடிக்கையாளர் விருப்பம் என்ன என்று அறிய மார்கெடிங் ரிஸர்ச் என்ற பெயரில் பணத்தை விரயம் செய்யாதீர்கள். அவர்கள் சொல்லும் ஒரே தேவைக்குத் தான் எல்லாப் போட்டியாளர்களும் போராடுகிறார்கள். அதனால் போட்டியாளரின் செயல்பாடுகளைக் கண்காணித்து உங்கள் வியூகத்தை அமையுங்கள். மறந்துவிடாதீர்கள் உங்கள் சேல்ஸ் ஃபிகர்ஸ்தான் வெற்றியை நிர்ணயிக்கும்!'' என்று அதிரடியாக முழங்குகிறது புத்தகம்.

நான்கு முக்கிய வியூகங்கள் சொல்லித் தருகிறார்கள். அதை நிரூபிக்க கோலா யுத்தம், பீர் யுத்தம், பர்கர் யுத்தம்

மற்றும் கம்ப்யூட்டர் யுத்தம் என ஒவ்வொரு மார்க்கட்டிலும் போர் வியூகங்கள் எப்படி பயன் படுத்தப்பட்டது என்று அத்தியாயம் அத்தியாயமாக விளக்குகிறார்கள்.

அமெரிக்க சந்தையை மையமாகக் கொண்டு எழுதப்பட்டு 1986ல் வெளி வந்த இந்தப் பழைய புத்தகம் என்னைப் பொறுத்தவரை ஒரு Classic!

தமிழில் இன்னும் மொழிபெயர்க்கப்படாத இந்த நூல் இன்றைய தொழில் சூழலில் எல்லாத் தட்டு வியாபாரிகளும், எல்லா விற்பனை யாளர்களும் படிப்பது மிக அவசியம்.

அதனால் இந்த நூலின் சாரத்தை விவரமாகத் தருகிறேன்.

ஒன்று புரிந்து கொள்ளுங்கள். வியாபாரத்தில் நல்ல முடிவு, கெட்ட முடிவு என்று எதுவுமில்லை. யார், எப்போது, எங்கு என்ன முடிவு எடுக்கிறார்கள் என்பதைப் பொறுத்துதான் வெற்றி தோல்வி நிர்ணயிக்கப்படுகிறது.

முதலில், சந்தையின் மொத்த விற்பனையில் உங்கள் நிறுவனத்தின் பங்கு என்ன என்று பாருங்கள். நீங்கள் எல்லாரைக்காட்டிலும் அதிகம் விற்றுச் சந்தையையே ஆதிக்கம் செலுத்தும் மார்க்கெட் லீடரா? நம்பர் 1- மார்க்கெட் லீடருக்கு அடுத்த இடங்களில் நம்பர் 2, 3 என்று முதலாம் இடத்தைக் குறிவைத்து நகர்பவரா நீங்கள்? முன் வரிசை போட்டியாளர் இல்லை. ஆனால், இவர்கள் அனைவரையும் வெல்லும் பொருளும் வசதியும் பண பலமும் உள்ளது. இது மூன்றாம் தட்டு.

சந்தையில் இப்படி ஆட்கள் இருக்கிறார்கள் என்றே தெரியாது. ஆனால், கண்ணுக்குத் தெரியாமல் குறைந்த அளவில் தொடர்ந்து வியாபாரம் செய்து பிழைப்பவர். நீங்கள் கடை நிலை முதலாளி.

உங்கள் ஒவ்வொருவருக்கும் ஒவ்வொரு வித விற்பனை வியூகம் வேலை செய்யும்.

முதலில் மார்க்கெட் லீடர்களுக்கு. Defensive Warfare. நீங்கள் உச்சத்தில் இருக்கிறீர்கள். உங்கள் பொருட்களை எதிராளி புரிந்து, காபி அடித்து, உங்கள் பலங்களைக் குறைப்பதற்கு முன் நீங்களே உங்களை அழித்துக் கொள்ளுங்கள். அதாவது புதுப்பித்துக் கொள்ளுங்கள். எதிராளிகள் வராதவாறு தடுப்புச் சுவர்கள் எழுப்புவது எப்படி என்று யோசியுங்கள். காப்புரிமை போன்றவை. இது பெரிய தலைகளுக்கான வியூகம்.

அடுத்த நிலையில் உள்ளவர்கள் செய்ய வேண்டியது மார்கெட் லீடரின் பலங்களில் உள்ள சிறு ஓட்டைகளைப் பார்த்துத் தாக்குவது. Offensive Warfare. இந்தத் தாக்குதல்கள் அந்தச் சிறு குறைகளை மட்டும்

நோக்கியதாக இருக்கவேண்டும். மிக நுட்பமாக உங்கள் பலங்களைக் குவித்து வேகமாகச் செய்யவேண்டும். எதிரியின் சிறு சேதாரம்கூட உங்கள் மார்க்கெட் ஷேரைக் கூட்டும். '' நாங்கள் அதைக் காட்டிலும் சிறப்பாகச் செய்வோம்'' என்று மார் தட்டக் கூடிய அந்தப் பலத்தைத் தேடுங்கள். போட்டியாளர் புரிந்து கொள்வதற்குள் முழுத் தாக்குதலையும் நடத்திச் சிறு வெற்றிகளைக் குவியுங்கள்.

மூன்றாம் தரப்பு யுத்த வட்டத்துக்குள் இல்லாததால் சுற்றி வந்து தாக்கவேண்டும். Flanking Warfare. இரு பெரிய மலைகள் மோதுகையில் இரு போட்டியாளரும் தராத ஒரு பலனை மெல்ல வாடிக்கையாளருக்குக் கடத்துவது. அது பெரிய தலைகள் யாருமே செய்ய முடியாத்தாக இருக்கவேண்டும். யாரும் தொடாத சந்தை, யாரும் செய்யாத தொழில் நுட்பம் போன்றவை இதற்கு உதாரணங்கள். எதிராளியின் தயாரின்மை இதில் முக்கியம்.

நான்காவது தரப்பு பிழைத்து இருப்பதே வெற்றி என்கிற நிலையில் உங்கள் வியூகம் மறைந்து சிறு தாக்குதல் நடத்திவிட்டுக் காணாமல் போய்விடுதல். அவ்வளவுதான் நம் பலம். சத்தம் போட்டால் மூன்றில் ஏதாவது ஒருவர் தின்றுவிடுவர். அமைதியாகச் செயல்படுதல் முக்கியம். சிறு வெற்றிகளைத் தொடர்ந்து கொள்ளுதல்தான் வியூகம். இதற்கு அருமையான பெயர்: Guerilla Wafare. பெயர், பணம், ஆட்கள் எல்லாம் குறைவாக உள்ளவர் தொடர்ந்து வெற்றி பெற கொரில்லா போர்முறை விற்பனை யுத்தம்தான் சிறந்தது.

பண்டித விளக்கங்கள் போதும். இப்ப, நம்ம தமிழ் சினிமாவை வைத்து ஒரு மசாலா விளக்கம் பார்க்கலாம்.

முதல் தட்டு வியூகம். ரஜினிகாந்த் படங்கள். மெகா பட்ஜெட். அதிக பிரிண்ட்கள். பெரிய இயக்குனர். அதி நவீனத் தொழில் நுட்பம். எதுவும் அடுத்தவர் செய்வது கடினம். விஜய் படங்களும் இந்தத் தட்டுதான்.

அடுத்த தட்டு வியூகம். கமல்ஹாசன் படங்கள். குறிப்பாக தசாவதாரம், விஸ்வரூபம் போன்றவை. ரஜினி படம்போல பிரம்மாண்டம். அதில் இல்லாத கலையம்சம். மற்றபடி அதே சந்தையை நோக்கிக் குறி.

மூன்றாம் தட்டு. யாரும் எதிர்பார்க்காமல் நுழைந்து ஜெயிக்கும் புது ஆட்கள். இன்றைய தொழில் நுட்ப யுகத்தில் 80களின் கதை சொன்ன சுப்பிரமணியபுரம். சீரியஸ் படங்கள் மத்தியில் பீட்ஸா. இந்தப் படங்கள் சந்தை போக்கின் தன்மையை மாற்றுபவை. பாக்கியராஜ், டி. ராஜேந்தர், பார்த்திபன் போன்றவர்கள் எண்பதுகளில் Flanking முறையில் மார்க்கெட்டைப் பிடித்தவர்கள்.

கடைசியாக கொரில்லா முறைக்குச் சிறந்த உதாரணம் ராம நாரயணன். எக்காலத்திலும் மிகச் சிறிய சந்தையைக் கையில் வைத்துக்கொண்டு அம்மன் படங்கள், அனிமல் படங்கள், டப்பிங் படங்கள், மலிவான காமடிப் படங்கள் என Genre மாறினாலும் தொடரும் சிறு வெற்றிகள். மினிமம் கேரண்டி. சத்தமில்லாத சாதனை.

கோவில்பட்டியில் ஜேசி நண்பர்களுக்காக வியாபார வியூகம் பற்றிப் பேசுகையில் Marketing Warfare கற்றுக் கொடுத்தேன். அதிகம் கல்வி இல்லாத சிறு முதலாளிகள்கூடச் சுலபமாகப் புரிந்து கொண்டார்கள்.

பன்னாட்டு நிறுவனங்களின் வெற்றிக்கதைகளை விட நம் ஊர் டி.வி.எஸ், சன் டி.வி, கவின் கேர், பவண்டோ என்று எம்.பி.ஏ பசங்களுக்குச் சொல்லிக் கொடுக்கவேண்டும்.

பல்லாயிரக்கணக்கான சிறு வியாபாரிகளுக்குப் பொருள் உற்பத்தி, நிதி எல்லாம் புரிபடுகிறது. சந்தைப்படுத்துதல்தான் பலருக்குப் புரியாத விலங்கு.

இந்த விலங்கைப் புரிந்து கொள்ளவும் ஜெயிக்கவும் இந்த நூல் பெரிதும் உதவும்!

21

நீங்களும் புதுமைப்பித்தன் ஆகலாம்

Serious Creativity

Edward de Bono

எட்வர்ட் டி போனோ என்றாலே நினைவுக்கு வருவது லேட்டரல் திங்கிங் (Lateral Thinking) எனும் வார்த்தைதான். இதன் சொல்லாக்கமும் கருத்தாக்கமும் டி போனோ உலகுக்குத் தந்தது. நேரே யோசிக்கும் தர்க்கம் சார்ந்த முறையைவிட இந்தக் குறுக்கு சிந்தனை முறைதான் கற்பனையின் ஊற்று. இந்தச் சிந்தனைத் திறன்களை ஆராய்ந்து, எழுதி, பேசி, பயிற்சித்து, ஆலோசனை வழங்கிய இவரால் பலன் அடைந்தவர்கள் பல ஆயிரம் பேர்கள். பல ஆயிரம் அமைப்புகள்.

இவருடைய Serious Creativity தான் நான் பரிந்துரைக்கும் அடுத்த புத்தகம். 'என்ன சார் எல்லாப் புஸ்தகத்தையும் பாராட்டுறீங்க?' என்போர்க்கு என் பதில் இது தான்: படிக்க வேண்டிய புத்தகத்தை மட்டுமே பரிந்துரை செய்கிறேன். வாங்க வசதிப்படாதவருக்காக அதன் சாரத்தையும் வழங்குவதுதான் இந்த நூலின் நோக்கம்.

நான் புத்தகங்களைத் தேர்ந்தெடுத்தேன் என்பதைவிடப் புத்தகங்கள் என்னைத் தேர்ந்தெடுத்தன என்று சொல்வது தான் நிஜம். சுந்தர ராமசாமி முதல் எட்வர்ட் டி போனோ முதல் அறிமுகமானது இப்படித்தான்.

1993ல் அந்த கோயம்புத்தூர் கம்பெனிக்காக ''படைப்புத்திறன் பயிற்சி'' அளிக்கச் சென்றிருந்தேன். உறைந்து போயிருக்கும் மேல் தட்டு மேலாளர்களின் சிந்தனையை உடைத்து புதிய சிந்தனைகளையும் செயல்பாடுகளையும் எதிர்பார்த்தது அந்த நிர்வாகம். முன் இரவில் உப்பிலிபாளையம் சி.எல்.எஸ்ஸில் புத்தகங்கள் பார்த்துக் கொண்டிருந்தேன். அது வாழ்த்து அட்டை தலைமுறையின் பொற்காலம். அப்போது கண்ணில்பட்டது இந்தப் புத்தகம்.

சீரியஸ் க்ரியேட்டிவிட்டி என்ற தலைப்பு வசீகரமாக இருந்தது. நகைச்சுவை ஒரு சீரியஸான விஷயம். அதை எழுதுபவர்களும் நடிப்பவர்களும் என்றுமே சீரியஸான மனிதர்கள். சீரியஸ் க்ரியேட்டி விட்டி. வாங்கிவிட்டேன்.

இரவு முழுவதும் படித்ததில் மறு நாள் பயிற்சியின் முழு வடிவமும் வீச்சும் மாறிப்போயிருந்தது. அதுதான் டி போனோவுடன் நான் கைப்பிடித்து நடந்த முதல் அடி.

பின் 2005-ல் அவர் பெங்களூருக்கு பயிற்சி அளிக்க வந்தபோது பெரும் செலவு செய்து அதில் பங்கேற்றேன். அவரின் அநேகம் புத்தகங்களைப் படித்துவிட்ட நிலையில் ஒரு நாள் பயிற்சித் தலைப்பு வெறும் பால பாடமாகத் தோன்றினாலும் ஒரு குரு தட்சணைபோல எண்ணிக் கொடுத்தேன். என் சிந்தனையையும் தொழிலையும் பல முறை மாற்றி அமைத்த அவர் உத்திகளுக்காக என்றும் நன்றிக்கடன்பட்டுள்ளேன்.

எழுந்து குதித்து, ஆக்ரோஷமாய் முஷ்டியைக் குத்தி, உக்கிரத்துடன் கத்தும் பல பயிற்சியாளர்களைப் பார்த்து சலித்துப் போயிருந்தோருக்கு டி போனோ ஓர் ஆச்சரிய அனுபவம். நாற்காலியை விட்டு எழுந்திருக்க வில்லை நிகழ்ச்சி முழுவதும். மெலிதான பேச்சு. கூர்ந்து கேட்காவிடில் பாதி நகைச்சுவை நழுவிப் போயிருக்கும். கணினி இல்லை. ஓ.ஹெச்.பி. யில் புடவைத் தலைப்புபோல நீ.........ளமான தொடர் ட்ரான்ஸ்பரன்சி ஷீட்டில் வரைந்து கொண்டே பேசுகிறார். ஒவ்வொரு வாக்கியமும் ஒரு கருத்து. ஓர் அனுபவம்.

இந்தியா- பாகிஸ்தான் கிரிக்கெட் இறுதி ஆட்டம் அன்று. மதியம் கூட்டம் கலையும் என்று பார்த்தால் கட்டுகோப்புடன் திரும்புகிறது கூட்டம். அந்த 200 சொச்சம் பேரும் பாக்கியவான்கள்!

மூளையின் செயல்பாட்டை உணர்ந்து மிக மிக எளிமையான சிந்தனை உத்திகள். Provacation என்னும் சிறு தூண்டல் இவரின் யுக்திகளில் மிகச் சிறந்தது என்பேன். ''விமானங்களுக்கு சதுரச் சக்கரங்கள் இருந்தால் என்ன?'' என்று யோசிக்க ஆரம்பியுங்கள். என்ன லூசுத்தனம் என்று

கைவிடாமல் 5 நிமிடங்கள் சங்கிலித் தொடராகச் சிந்தித்தால் நிச்சயம் 5 புதிய எண்ணங்களாவது தோன்றும்.

1 முதல் 10 வரை அனைத்து எண்களையும் கூட்டினால் என்ன விடை என்றால் 55 என்பீர்கள். 1 முதல் 100 வரை என்றால்?

50 49 48 ....3 2 1 என எழுதுங்கள்.

அடுத்த வரிசையில் 51 52 53 ....98 99 100 என எழுதுங்கள்.

மேல் வரிசை எண்ணையும் கீழ் வரிசை எண்ணையும் ஒவ்வொன்றாகக் கூட்டினால் மொத்தம் 51 . 50 ஜோடி மொத்தம். விடை 50 X 51=5050.

வெறும் முயற்சியைவிட சிந்தனை வடிவத்தை மாற்றினால் புதிய வழிகள் கிடைக்கும் என்பதைப் புத்தகம் முழுக்கப் பல வழிகளில் சொல்கிறார்.

ஆறு சிந்தனை தொப்பிகள் கார்ப்பரேட்டுகள் அதிகம் பயன்படுத்தும் யுக்தி. ஒரே மாதிரி ஆண்டுகள் பல யோசித்து இறுகிப் போன மனங்கள் பெரும்பாலும் ஒரே மாதிரிச் செயல்படுகின்றன. ஒரு மீட்டிங்கில் எல்லாவற்றுக்கும் ஆமாம் போடுபவர்கள் இருப்பார்கள். எல்லா வற்றுக்கும் இடக்குப் பேசுபவர்கள் இருப்பார்கள். எல்லாவற்றுக்கும் உணர்ச்சி வசப்படுபவர்கள் இருப்பார்கள். எல்லாவற்றுக்கும் புது எண்ணங்களைக் கொட்டுபவர்கள் இருப்பார்கள். ஆனால் எல்லாருமே எல்லா வகை சிந்தனைகளையும் ஒரே நேரத்தில் (தொப்பியை மாற்றுவதைப்போல) மாற்றிப் பயன்படுத்தினால் எவ்வளவு சீக்கிரம் இசைவு பெற்று புது முடிவுகள் எடுப்போம்? இதைச் செயல் படுத்தத்தான் இந்த உத்தி.

இன்று பல முன்னணி நிறுவனங்கள் இதை எல்லாக் குழு நடத்தை களுக்கும் கட்டாயமாக்கியுள்ளன. ஜப்பானில் ஒரு நிறுவனம் ஆறு சிந்தனை தொப்பிகள் புத்தகத்தை எல்லாப் பணியாளர்களுக்கும் இலவசமாக வழங்குகிறது. இந்த உத்திகளின் எளிமை பலருக்கு சந்தேகத்தைத் தரக் கூடியது. ஆனால் பயன்படுத்தியவர் அனைவரும் இதன் அடிமைகள்.

ஒரு குழுவில் உட்கார்ந்து 10 நிமிடத்தில் 30 புது ஐடியாக்கள் வேண்டுமா? சாதாரணமாகச் செய்யலாம் என்கிறது இந்தப் புத்தகம்.

லேட்டரல் திங்கிங் புரிய நகைச்சுவை சிறந்த உதாரணம். பன்ச் லைன்கள் உருவாக்க விளம்பர நிறுவனங்கள் இயல்பாக இவற்றைப் பயன் படுத்துகிறார்கள் என்று தெரிகிறது.

ஒரு மொக்கை ஜோக் கூடச் சிரிப்பை வரவழைக்கிறது. ஏன்? அது தரும் ஆச்சரிய உணர்வுதான். என் பள்ளி காலத்துக் கடி ஜோக் ஒன்று உண்டு. (அப்போது மொக்கை இல்லை; கடி தான். கோவையில் இவற்றைச் சொன்னால் ''மண்டை காயுது'' என்பார்கள் அப்போது!)

''பஸ்ஸப் பின்னால குத்தினா என்ன ஆகும்?''

''---''

''பின் வளையும்''

வரிசைப்படுத்தல்தான் லேட்டரல் திங்கிங்கில் முக்கிய அம்சம். ஒரு ஜோக் வரிசைப்படுத்தலில்தான் பிறக்கிறது. கீழ்கண்ட (பழைய) துணுக்கைக் கால வரிசைப்படி எழுதினால் அது நகைச்சுவை உணர்வை முற்றும் இழந்திருக்கும்.

பெண்ணின் தந்தை: மாப்பிள்ளை நடத்தை எப்படி?

தரகர்: தங்கம் சார். ஒரு குறையுமில்லை. நன்னடத்தைக்காக 5 வருஷம் முன்னாடி ரிலீஸ் பண்ணாங்கன்னா பாருங்களேன்!

22

மனதில் உறுதிவேண்டும்

The Power of Full Engagement

Jim Loehr and Tony Schwartz

விளையாட்டு உளவியல் எனும் புதிய துறையை எனக்குத் தொட்டுக் காண்பித்தவர் ஆஸ்திரேலியாவைச் சேர்ந்த சாண்டி கார்டன். 2003ல் எம்.ஆர்.எஃப். பேஸ் ஃபௌண் டேஷனுக்காக சென்னையில் கிரிக்கெட் பயிற்சியாளர் களுக்கு கோச்சிங் பற்றி 3 நாட்கள் பயிலரங்கம் நடத்தினார். வேகப் பந்தாளர்களின் உளவியல் ஆலோசனைக்காக என்னைப் பணித்த அந்த நிறுவனம் என்னையும் பயிலரங் கத்தில் பங்கேற்கச் செய்தது. உளவியல் ஆலோசனை என்றால் அதிக நேரம் எடுத்துக்கொள்ளும் என்னைப் போன்றோர்க்கு கார்டனின் ''குறைந்த கால ஆலோசனை உத்திகள்'' வியப்பாக இருந்தன.

''பிசினஸ்போல அல்ல விளையாட்டு, இன்று தவறு செய்தால் நாளை திருத்திக்கொள்ளலாம் என்பதற்கு. நொடிப் பொழுதில் செய்யும் தவறு விளையாட்டின் போக்கை மட்டும் அல்ல அந்த விளையாட்டுக்காரரின் கெரியரையே பாதிக்கக்கூடும். இங்கு எல்லாமே குறைந்த அவகாசத்தில் நடக்கவேண்டும். கோபத்தைக் கட்டுப் படுத்துவதோ ஊக்கத்தை அதிகப்படுத்துவதோ எதுவாக இருந்தாலும்!'' என்றார் கார்டன்.

என் மருத்துவ உளவியல் பின்னணி விளையாட்டு ஆலோசனைக்கும் பயிற்சிக்கும் பெரிதும் உதவியாக

இருக்கும் என்று கூறித் தன்னுடன் இலங்கை வருமாறு அழைத்தார். சில காரணங்களுக்காகச் செல்லவில்லை. ஆனால், கார்டன் கற்றுத் தந்த உத்திகள் எனக்கு Performance Counselingல் பெரிதும் பயன்பட்டன.

விளையாட்டு வீரர்களுக்கான உளவியல் என்று பார்ப்பதைவிட இது வேலையில் உள்ள அனைவருக்கும் தங்கள் Performance-ஐ அதிகப்படுத்தப் பயன்படும் உளவியல் என நிச்சயம் சொல்லலாம். இதை உறுதிப்படுத்துகிறது The Power of Full Engagement புத்தகம். ஜிம் லோஹர் மற்றும் டோனி ஷ்வார்ட்ஸ் எழுதிய இந்தப் புத்தகம் வெளியான ஆண்டு 2003. எனக்குப் படிக்கக் கிடைத்தது 2008ல். இந்தியாவில் பெருமளவு இது பிரபலமாகாதது ஏன் என்று புரியவில்லை.

இந்த எளிய புத்தகத்தை விளையாட்டு வீரர்கள், அவர்களின் ஆசான்கள், மனித வளப் பயிற்சியாளர்கள், பள்ளி ஆசிரியர்கள் என எல்லாருக்கும் பரிந்துரை செய்கிறேன்.

புத்தகத்தின் முதல் கருத்தே நம்மைக் கொக்கி போட்டு இழுக்கிறது. நேரத்தை நிர்வாகம் செய்ய முடியாது. டைம் மேனேஜ்மெண்ட் என்பது சாத்தியமில்லை என்கிறார். உங்கள் சக்தியை நிர்வாகம் செய்யுங்கள். அதுதான் பெர்ஃபார்மன்ஸை உயர்த்தும் என்கிறார். நம் சக்தியை 4 நிலைகளில் உயர்த்தலாம் என்றும் சொல்லித்தருகிறார்.

பிசி பிசி என்று அலையும் கார்ப்பரேட் ஆசாமிகளின் வாழ்க்கையை அழகாகப் படம் பிடித்துக் காட்டுகிறார். சரியான தூக்கம், உணவு, ஓய்வு எதுவுமின்றி அதிக நேர வேலை, தொடர் பிரயாணம், காபி, சிகரெட், மது போன்றவைதான் ரிலாக்சேஷன், வேலையில் தொடர்ந்து இடையூறுகள், இதனால் தொடர் சிடுசிடுப்பு, வீட்டு உறவுகளுக்கு நேரமில்லை, எதற்கு ஓடுகிறோம் என்று தெரியாத ஓட்டம்....என வரிசையாக விளக்குகிறார்.

நம் வேலை பற்றிய எதிர்பார்ப்புகளும் அதைச் செய்யாமல் விட்டால் வரும் பாதிப்புகளும் வருடா வருடம் ஏறிக்கொண்டு வருகிறது. ஆனால், அதற்கு ஏற்ப நம்மில் யாரும் - ஒரு விளையாட்டு வீரரைப்போல- நம்மைத் தயார்படுத்திக்கொள்வதில்லை. அதனால், நெருக்கடிகளில் நொறுங்கிப் போய்விடுகிறோம்.

நான்கு நிலைகளில் நாம் ஒருங்கிணையும்போது நம் சக்தியும் செயல் பாடும் கூடுகிறது. அந்த 4 நிலைகள்: உடல், உணர்வு, சிந்தனை மற்றும் ஆன்மிகம் சார்ந்தது. இந்த நான்கு நிலைகளிலிருந்தும் வெளிப்படும் சக்தியை முறைப்படி உருவாக்கியும் செலவளித்தும் சேமித்தும் வைக்க பயிற்சி உதவுகிறது.

தூக்கம், உடற்பயிற்சி, உணவு மற்றும் நீர் அருந்துதல் உடல் சக்தியைப் பேணும். பொறுமை, பிறரை ஏற்றுக்கொள்ளும் திறந்த மனம், நம்பிக்கை, மகிழ்ச்சி இவை உணர்வு சக்தியைப் பேணும். காட்சிப் படுத்துதல், நேர்மறை எண்ணங்கள், நேர்மறை சுய விவாதம், திறந்த மனோபாவம் இவை சிந்தனை சக்தியைப் பேணும். நேர்மை, விசுவாசம், துணிவு, விடா முயற்சி இவை ஆன்மிக சக்தியைப் பேணும்.

இந்த ஒவ்வொன்றும் எப்படி ஒவ்வொரு திறனை வளர்க்கிறது எப்படி அது நம் ஒட்டுமொத்த சக்தியையும் மேம்படுத்திப் பெரிய செயல் பாடுகளுக்கு நம்மைத் தயார் நிலையில் வைத்திருக்கிறது என்று விரிவாக விளக்குகிறார்கள்.

இருதயத்தைப் பாதுகாப்பது உடலுக்கு எவ்வளவு முக்கியமோ, தன்னம்பிக்கையைப் பேணுவது உணர்வுகளுக்கு அவ்வளவு முக்கியம். சிந்தனைக்குக் கூர்மை எவ்வளவு முக்கியமோ ஆன்மிகத்துக்கு பரோபகாரம் அவ்வளவு முக்கியம். இதில் அடிப்படை உடல். அதன் அடுத்த தளம் உணர்வு. அதற்கு அடுத்த தளம் சிந்தனை. எல்லா வற்றுக்கும் மேல் தளம் ஆன்மிகம். இதுதான் கட்டமைப்பு.

ஒரு விளையாட்டுப் பயிற்சியாளரின் கடமைகள் வெறும் உடல் சார்ந்தது மட்டுமல்ல. என்ன சாப்பிடவேண்டும், எவ்வளவு நீர் அருந்த வேண்டும் என்று பராமரிப்பதைப்போல எவ்வளவு பொறுமை, எவ்வளவு தன்னம்பிக்கை, எவ்வளவு சமயோசித புத்தி, எவ்வளவு தெளிவு, எவ்வளவு நேர்மை என்றும் பராமரிக்கவேண்டும். இந்த இடங்களில்தான் விளையாட்டு உளவியல் ஆலோசனை தேவைப் படுகிறது.

ஒரு நாளில் நிறைய வேலை செய்ய ஓடுவதைவிட நாம் செய்ய வேண்டிய வேலையைத் திறம்பட, மகிழ்ச்சியாக, உடல் சோர்வின்றிச் செய்கிறோமா என்பதுதான் கேள்வி. இதன் பதில்தான் உங்கள் வேலை வெற்றிக்கும் வாழ்க்கை ஆரோக்கியத்துக்குமான விடை. இதை Full Engagement Training Systems என்கிறார்கள். ஆசிரியர்கள் இருவரும் இதை விளையாட்டு வீரர்கள் முதல் கார்ப்பரேட் மேலாளர்கள் வரை பயிற்சி அளித்து வருகிறார்கள். இதை முறையாக ஆய்வு நடத்தி, பயிற்சி அளித்து, முடிவுகளை வெளியிடுகிறார்கள்.

முதலில் படித்தபோதே நம் யோகாவின் நகல்தானே இது எனப்பட்டது. அன்ன மயம், பிராண மயம், மனோமயம், விஞ்ஞன மயம், ஆனந்த மயம் என 5 கோஷங்களில் அலோபதிபோல மூச்சை உடலோடு சேர்த்திருக்கிறார்கள். நம்ம சங்கதியைக் காப்பி அடித்துவிட்டார்களே என்பதைக் காட்டிலும் இதை வைத்து 20 வருடங்கள் அறிவியல்

பூர்வமாக ஆராய்ந்து எந்தப் பாசாங்கும் இல்லாமல் வெளியிடும் இவர்களின் நேர்மை பிடித்தது. யோகாவையும் ஆயுர்வேதத்தையும் வைத்துக்கொண்டு நம் சாமியார்கள் செய்யும் வியாபாரத்தின் முன் இந்த நூல் ஆசிரியர்கள் சம்பாதித்து எல்லாம் ஜுஜுபி என்பது வேறு!

பெங்களூரில் உள்ள அந்த நிறுவனத்தில் இந்தப் பயிற்சி நடத்த ஆய்வு செய்யச் சொன்னார்கள். செய்ததில் மேல் தட்டு மேலாளர்கள் மிகுந்த கவனச்சிதைவுடன் வேலை செய்வதாகவும், பிறர் கூறுவதை நிதானமாகக் கேட்கும் பொறுமை குறைந்துவிட்டதாகவும், இதனால் முடிவு எடுப்பதில் தாமதம் இருப்பதாகவும் தெரியவந்தது.

பூனைக்கு மணி கட்டும் வேலை எனக்கு. நிர்வாக இயக்குனர் முன் பி.பி.டி யுடன் முடிவுகளை அறிவிக்கவேண்டும். மிக முக்கிய பணிகளில்கூட சிந்தனை சார்ந்த கவனச் சிதறல்கள் உள்ளது என்று எண்களுடன் என் கூற்றை எடுத்துச் சொன்னேன். எல்லாரும் பயந்தார்கள்- எம்.டி. எப்படி எடுத்துக்கொள்வார் என்று!

எல்லாரையும் நோட்டம் விட்டபின் எம்.டி. பக்கம் திரும்பினேன். அவர் எப்போதும் தவழும் புன்னகையுடன் செல்போனில் தகவல் அனுப்பிக் கொண்டிருந்தார்!

23

யானையின் பலம் எது?

Go put your Strengths to Work

Marcus Buckingham

''நம் பலவீனங்கள் எவை என்று அறிந்து அவற்றைக் குறைக்கவோ அகற்றவோ தொடர்ந்து முயலுங்கள். அதுதான் வெற்றிக்கு வழி.''

சரிதானே? இதுதான் பெரும்பான்மையான பெற்றோர், ஆசிரியர்கள் மற்றும் மேலாளர்கள் தீவிரமாகச் சொல்லி வரும் கருத்து.

தவறு என்கிறார் மார்கஸ் பங்கிங்ஹாம்.

கேலப் எனும் நிறுவன ஆய்வு மையத்தில் பல ஆண்டுகள் உலகின் முன்னணி நிறுவனங்களில் உள்ள ஆயிரக் கணக்கான மேலாளர்களைப் பேட்டி கண்ட அனுபவத்தில் இதைச் சொல்கிறார்.

வெற்றியின் உச்சத்தைத் தொட்ட அனைவரும் தங்கள் பலங்கள் எவை எனத் தெரிந்து அதைத் தங்கள் பணிகளில் இணைத்துக் கொண்டவர்கள். தங்கள் பலவீனங்களைக் குறைக்கப் பயிற்சி எடுப்பதைவிட பலங்களைப் பெருக்கப் பயிற்சி எடுத்தவர்கள். தங்கள் வேலைகளில் தங்கள் பலங்கள் முழுவதும் பயன்படுமாறு பார்த்துக் கொள்பவர்கள். இதனால் வெற்றியை எளிதாகவும் இயல்பாகவும் பெறுகிறார்கள். இதுதான் Go put your strengths to work புத்தகத்தின் ஆதாரச் செய்தி.

இது தெரிந்த விஷயம்தானே என்று தோன்றும். ஆனால், உலகில் வெறும் 17% மக்களே வேலையில் தங்கள் பலங்கள் பயன்படுவதாகச் சொல்லும் ஆய்வறிக்கையைப் படிக்கையில் மனம் திடுக்கிடுகிறது. வாய்ப்புகள் உள்ள வளர்ந்த நாட்டு மேலாளர்களே இப்படி உணர்ந்தால், பின்தங்கிய, வாய்ப்புகள் மறுக்கப்பட்ட மூன்றாம் உலக நாட்டுப் பணியாளர்களின் கதி? ஏன் இந்த நிலை?

கல்வி அமைப்பில்தான் கோளாறு என்கிறார். ஆசிரியர்கள் மதிப்பெண்கள் குறைந்த பாடத்தில் கவனம் செலுத்தச் சொல்வார்கள். பெற்றோர்களும் அதைப் பற்றியே பேசுவார்கள். இதற்குக் கஷ்டப்படணும் என்று திரும்பத் திரும்பச் சொல்வார்கள். எது தனக்கு வராது என்பதில்தான் மாணவர்களின் முழுக் கவனம் செலவிடப்படும். பல சமயங்களில் இது அவர்களின் சுய மதிப்பையும் பாதிக்கும். பலவீனத்தைத் தொடர்ந்து கண்காணித்தால் அது பலமாக மாறும் என்ற தவறான கருத்துதான் இந்தப் பாதிப்புகளுக்குக் காரணம். அதனால் பலங்களின் இயக்கம் (Strengths Movement) ஒன்று தேவைப்படுகிறது என்று உணர்ந்து அதைத் துவக்கி வைக்கிறார் மார்கஸ் பங்கிங்ஹாம்.

உலகின் தலைசிறந்த நிறுவனங்களுக்கு ஒரு பொது அம்சம் உண்டு: வேலைகளில் உள்ள குழுக்களில் அவர்கள் பொத்தாம் பொதுவான ஒற்றுமையை எதிர்பார்ப்பதில்லை. அதைவிட ஒவ்வொரு நபரும் தம் தனித்திறமை கொண்டு குழுவுக்குச் செய்யும் பங்களிப்பை உறுதி செய்கின்றன.

நூறு ஆண்டுகளாக மன நோய்கள் பற்றியே பெரிதும் பணியாற்றி வந்த உளவியல் துறையை, நேர்மறை உளவியல் (Positive Psychology) என்று புதுத் திசைக்கு திருப்பியவர் மார்ட்டின் செலிக்மேன். துக்க நோயைப் போக்குவதால் மட்டுமே மகிழ்ச்சியை ஏற்படுத்த முடியுமா என்று ஒரு முக்கிய கேள்வி கேட்கிறார்.

போரை நிறுத்துவது என்பது வேறு; அமைதியை நிலைநிறுத்துவது என்பது வேறு. நோயைக் குணப்படுத்துவது என்பது வேறு; ஆரோக்கியத்தை உருவாக்குவது என்பது வேறு. பலவீனங்களைப் போக்குவது வேறு; பலங்களைப் பெருக்குவது வேறு.

இரண்டுக்கும் வெவ்வேறு மன நிலைகள், வெவ்வேறு முயற்சிகள், வெவ்வேறு உத்திகள் தேவைப்படுகின்றன.

மிக எளிய வழிமுறைகளுடன் Workbook வடிவமைப்பில் எல்லோருக்கும் புரியும் மொழியில் எழுதியிருக்கிறார். உங்கள் பலங்களை அறிய உளவியல் ஆய்வு உள்ளது. எப்படி பலங்களை வேலையில் பயன்படுத்துவது என bluepri எனத் திட்டம் உள்ளது.

அவரின் வலை தளத்தில் இது பற்றிக் குறும்படங்கள் உள்ளன. வழவழப்பான வண்ணபடங்களில் கடைசிப்பக்கங்கள் வாசகனின் கற்றலை எளிமைப்படுத்துகின்றன.

இரு காரணங்களுக்காக எனக்கு இந்தப் புத்தகம் முக்கியம் என்று படுகிறது.

ஒன்று, இந்தியா போன்ற நாட்டில் கல்வி அமைப்பு ஆங்கிலத்தையும் கணிதத்தையும் பிரதானப்படுத்துகிறது. பொதுத் தேர்வு முடிவுகளில் அதிகத் தோல்விகள் ஏற்படுத்துபவையும் இவையே. இவற்றைத் தாண்ட முடியாமல் படிப்பை விட்டவர்கள் பலர். இவற்றைத் தள்ளி வைத்துவிட்டுத் தங்கள் தாய் மொழியில் வேறு துறைகளில் இவர்கள் பிரகாசித்திருக்கலாமே? பிளஸ் டூவில் பாடங்களை மாற்றிப் படிக்கும் வசதிகள் கொடுத்தால் எத்தனை மாணவர்கள் தங்கள் பலத்துக்கேற்ப வாழ்க்கையை அமைத்திருப்பார்கள்? பொருளாதாரமும், உளவியலும், உயிரியலும், இசையையும் சேர்த்துப் படிக்கக்கூடாது என ஏன் பிடிவாதம் பிடிக்கிறோம்?

மாணவர்கள் தங்கள் பலங்களைக் கண்டுகொள்ளவும் பயன்படுத்தவும் தகுந்த கல்வித்திட்டம் தேவை என்பதை இந்தப் புத்தகம் வலியுறுத்துகிறது.

இரண்டு, நம் நாட்டில் அனைத்தும் தலைவன் செயல் என்பது போன்ற கற்பிதங்கள் அதிகம். நம் அரசியலும் சினிமாவும் அதை முன்னிலைப் படுத்துகின்றன. ஒரே ஆள் சரியாக இருந்தால் போதும்; அவர் பலம் மட்டும் குழுவைக்/ அமைப்பைக் காப்பாற்றும் என்ற தவறான எண்ணம் இங்கு வேரூன்றி உள்ளது. ஆனால், சிறப்பான நிர்வாகம் தனி நபரின் பலம் கொண்டு வருவதல்ல. ஓர் அமைப்பில்/நிறுவனத்தில் இருக்கும் அனைத்து மக்களின் பலங்களும் அவை முறையாக அந்த அமைப்புக்குப் பங்களிக்கும் விதங்களிலும்தான் ஏற்படுகிறது.

பணியிடங்களில் மக்கள் சிறப்பாகச் செயல்பட, பலங்கள் அடிப் படையில் தனி நபர்கள் தேர்ந்தெடுக்கப்பட்டு வளர்க்கப்படவேண்டும். சிறந்த குழுக்களை உருவாக்குதலே தலைவனின் கடமை. பலங்கள் அடிப்படையிலேயே எல்லா நிறுவன முயற்சிகளும் மேற்கொள்ளப் படவேண்டும்.

இந்தியாவுக்குத் தேவையான இந்த நிறுவன உண்மையை இந்தப் புத்தகம் எடுத்துரைக்கிறது.

பல பலசாலிகள் இணைந்து ஒரு பலவீனக் குழுவை அமைக்கும் பரிதாபங்கள் இங்கு அதிகம் நிகழ்கின்றன. எப்படிச் சொல்கிறேன்... சரி, ஒரு சினிமா உதாரணம் சொல்லி நாளாயிற்றே!

பாரதிராஜா மண் சார்ந்த படைப்பாளிகளில் மேதை. மணிரத்னம் அழகியலுடன் வர்த்தக வெற்றிப் படங்கள் கொடுப்பவர். செல்வராஜ் தமிழில் ஐம்பதுக்கும் மேற்பட்ட வெற்றிப்படங்களுக்கு வலுவான கதைகள் தந்தவர். ஏ.ஆர். ரஹ்மான் உலகளவில் இந்திய இசையை எடுத்துச் சென்றவர். தவிர முக்கிய கதாபாத்திரங்கள் அனைத்தும் (நாயகன், நாயகி நீங்கலாக) தேர்ந்த நடிகர்கள் ஏற்றுச் செய்தவை. ஆயினும் தாஜ்மகால் தோல்விப்படம் ஆனது.

தனி நபர்களின் பலங்களைக் குழுவின் பலமாக மாற்றும் ரசவாதம் நிகழும்போதுதான் நாயகன் போன்ற படங்கள் பிறக்கின்றன. காரணம் நாயகன் படம் இயக்குனர் மணிரத்னத்தின் நிர்வாகத் திறமைக்கான சான்று. கமல்ஹாசன், பி.சி. ஸ்ரீராம், பாலகுமாரன், இளையராஜா, தோட்டா தரணி போன்றோரின் பலங்களை மிகச் சிறப்பாக இசைவுத்தன்மையோடு பயன்படுத்தியதுதான் நாயகனின் வெற்றி.

''பணம் வருகிறது; இந்த வாழ்க்கையை மாற்றமுடியாது'' என்ற எண்ணத்துடன் வாழ்வதா? அல்லது ''இந்த வேலையில், இந்த வாழ்க்கையில் என் ஆதார பலங்களை வெளிப்படுத்தும் வாய்ப்புகள் உள்ளதா?'' என்று யோசிப்பதா?

இந்தப் புத்தகம் இந்தக் கேள்வியை ஏற்படுத்துகிறது.

கோயில் யானையின் தினசரி வாழ்க்கை, கும்பிட்டுவிட்டு சில்லறை வாங்கிக்கொள்வது. ஆனால், அதுதான் அதன் நிஜ பலமா?

24

ரகசியம் பரம ரகசியம்

The Secret - Law of Attraction

Loiuse Hay

ஈர்ப்பு விதி என்று ஒன்று உள்ளது. Law of Attraction என்கிறார்கள் இதை ஆங்கிலத்தில். ''எதை நீ அதிகம் நினைக்கிறாயோ அதை நீ உன் பக்கம் ஈர்க்கிறாய். அது உனக்கு வாய்க்கும்'' என்பதுதான் சாரம்.

அதிகம் விற்ற, அதிகம் மொழிபெயர்க்கப்பட்ட (தமிழிலும் கிடைக்கிறது) Secret புத்தகத்தின் சாரம் இதுதான்.

இந்த ஈர்ப்பு விதி பற்றி Affirmations தொடர்பாக விரிவாக விளக்கியபோது, ஒரு பங்கேற்பாளர் கேட்டார் : ''எப்படி சார் இது சாத்தியம்? நானும் கொஞ்சம் காசு சேர்க்கலாம், இந்த தரித்திர நிலை போகும், பண நெருக்கடி இல்லாம வாழ்லாம்னுதான் தினம் சாமியைக் கூடக் கும்பிடறேன்... அப்புறம் ஏன் சார் இந்த நிலை நீடிக்குது?''

''நீங்க சொன்ன வார்த்தைகளைப் பாருங்க. உங்க focus புரியும். கொஞ்சம் பணம், தரித்திர நிலை, பண நெருக்கடி. இவைதான் பிரதான எண்ணங்கள். அதற்கேற்ற விளைவுகள்தான் நிகழும்'' என்றேன்.

எதை நினைக்கிறோமோ அதுவே நடக்கிறது. எதிர்மறை யாகவே எது சாத்தியமில்லை என்று நினைக்கிறோமோ அதுதான் நடக்கிறது. ஆழ் மனதின் இயக்கம் அப்படி.

இதை எப்படி வெல்ல என்று எளிமையாகச் சொல்கிறது இந்தப் புத்தகம்.

Loiuse Hay என் ஆதர்ஷ எழுத்தாளர். என் 10 வருட உளவியல் கல்வியும் ஆராய்ச்சியும் சொல்லித்தராத சூட்சமத்தை எனக்குக் கற்றுத் தந்தவர். உடல் உபாதைகளும் நோய்களும் மன மாற்றங்களால் குணமாகும் என்பதை உணர்த்தியவர். ரெய்கி, பேச், மலர் மருத்துவம் என பல மாற்று சிகிச்சைகள் கற்றுத் தந்த என் குரு பாலகுமார் அவர்களின் அறிமுகம்தான் லூயிஸ் ஹேவும் அஃப்ர்மேஷன்ஸ் எனும் நேர்மறை சுய வாக்கியங்களும்.

பல நோய்களையும் உறவுச் சிக்கல்களையும் அஃப்ர்மேஷன்ஸ் கொண்டு மட்டுமே குணப்படுத்தலாம் என்றால் நம்புவதற்குச் சிரமமாக இருக்கலாம். என் பயிற்சி வகுப்பிலேயே இந்த அதிசயங்கள் நிகழ்ந்த போது இது நூற்றுக்கணக்கான மக்களைப் போய் சேர்ந்தது. இந்த அனுபவப் பின்னணியில் ரொண்டா பைர்ன் எழுதிய புத்தகம் படித்தேன். மிக எளிமையாகவும் கவர்ச்சிகரமாகவும் ஆழ்மன இயக்கத்தை உலகமறிய செய்திருக்கிறார் என்றே சொல்லவேண்டும்.

புத்தகத்தின் வடிவமைப்பு மிகுந்த நுட்பத்துடன் செய்யப்பட்டுள்ளது. வலுவான அட்டை, முகப்பின் தொன்மையான தோற்றம், உலகின் தற்போதைய 25 முக்கிய நூலாசிரியர்களின் மேற்கோள்கள், எளிமையான நடை, சிரமமில்லாத மொழி, ஒவ்வொரு பகுதி முடிந்ததும் மையக் கருத்துகள் பட்டியலிடப்படுகின்றன. எல்லா கருத்துகளுக்கும் சான்றுகள் கொடுக்கப்படுகின்றன. ஒரு ரகசியப் புதையலை எடுத்துப் படிப்பது போன்ற உணர்வை நூல் நெடுக நமக்கு கிடைக்கச் செய்வது ஆசிரியரின் சாமர்த்தியம். இது திரைப்படமாகவும் வெளிவந்துள்ளதாகத் தெரிகிறது.

ஒரு நூலை உலகச் சந்தையில் எப்படி விற்கவேண்டும் என்பதை இவர்களைப் பார்த்துதான் கற்றுக்கொள்ளவேண்டும். என்னைப் போன்ற ஆசாமிகள் ஒரு புத்தகத்தில் நிறைய கருத்துகளை எதிர்பார்ப்பார்கள். ஆனால், வியாபார சூட்சமம் ஒரே கருத்தை புத்தகம் முழுவதும் திறமை யாக சாமர்த்தியமாக சொல்வது. அதை ரொண்டா பைர்ன் அழகாகச் செய்கிறார்.

புத்தகத்தின் சில மையக்கருத்துகளைப் பார்க்கலாம்:

- ஈர்ப்பு விதி புவி ஈர்ப்பு விதிபோல. அனைவருக்கும் பொது.
- அனுபவங்கள் எண்ணத்தினால் மட்டுமே ஏற்படுபவை.

- சிந்தனைகளை அறிய உங்கள் உணர்வுகளை அறியுங்கள். நேர்மறையான உணர்வும் நேர்மறையான சிந்தனையும் ஒன்றுக்கொன்று தொடர்பு கொண்டவை.

- உங்கள் சிந்தனைகள்தான் உணர்வுகளை நிர்ணயிக்கின்றன.

- எண்ணங்களை மாற்ற உங்கள் உணர்வுகளை மாற்றுங்கள். அது சுலபமான வழி. எந்தச் செயல்கள் உங்கள் உணர்வுகளை மாற்றுகின்றனவோ அவைதான் Secret Shifters. நல்ல இசை, நல்ல நினைவு, பிடித்த மனிதர்கள் - உணர்வுகளை மாற்ற உதவும்.

- உலகின் மகா சக்தி அன்பு.

- உங்கள் வாழ்க்கை எனும் கரும்பலகையில் உங்கள் எண்ணங்கள்தான் அனுபவங்களாக எழுதப்படுகின்றன. உங்கள் எண்ணங்களைப் பராமரியுங்கள்.

- உங்கள் வாழ்க்கைக்குத் தேவையான அத்தனை சக்தியும் உங்களுக்கு உள்ளே உள்ளது.

- எவ்வளவு சக்தியை உள்ளுக்குள் உணர்கிறீர்களோ அவ்வளவு சக்தியை வெளியிலிருந்து ஈர்ப்பீர்கள்.

- உங்கள் முக்கிய பணி: நல்ல உணர்வுடன் இருப்பது.

- அதற்கு சிறந்த தருணம்: இப்போதே.

- எப்படி? எது உங்களுக்கும் மிகுந்த மகிழ்ச்சியையும் மன அமைதியையும் தருகிறதோ அதைத் தொடர்ந்து செய்வது.

- இதுதான் வாழ்க்கையின் ரகசியம்.

அட, இவையெல்லாம் எங்களுக்குத் தெரிந்ததுதானே. ஆனால், நடைமுறைப்படுத்துவது தானே சிரமம் என்கிறீர்களா?

ஈர்ப்பு விதியை எப்படி பயன்படுத்துவது என்று ஒரு உதாரணம் கொண்டு பார்க்கலாம்.

நீங்கள் ஹாலில் உட்கார்ந்து ஹாயாக டி.வி. பார்த்துக் கொண்டிருக்கிறீர்கள். உங்கள் 4 வயது மகள் (அல்லது பேத்தி) ஒரு பெரிய கண்ணாடி டம்ப்ளரில் வழிய வழிய தண்ணீர் எடுத்தவாறு உங்களை நோக்கி வருகிறாள். அதைக் கண்டவுடன் பதற்றமாக ''பாத்து பாத்து கீழ போட்டுரப் போறே!'' என்று அலறுகிறீர்கள்! நீங்கள் அலறுவதைக் கண்டு பயந்து கலவரமாகி குழந்தை டம்ப்ளரை அழுத்தி பிடிக்க நினைத்துத் தவறவிடுகிறது.

''நான் சொன்னேன்ல...உன்னை யார் இதை எடுக்கச்சொன்னா? எனக்குத் தெரியும் நீ கீழ போடுவேன்னு!''

குழந்தை டம்ப்ளரைப் போட்டதற்கு யார் காரணம்? குழந்தை காயப்பட்டுவிடும் என்கிற உங்கள் பயம் ''எதிர் மறைச் செய்தி'' (கீழ போட்டுரப் போறே) வடிவில் செல்கிறது. குழந்தையும் அதைக் காட்சிபடுத்தி நினைக்கையில் எதிர் மறைச் சிந்தனை எதிர்ச் செயலாக மாறி, நீங்கள் எது கூடாது என்று நினைத்துச் சொன்னீர்களோ, அது நடக்கிறது. பின்னர் அதற்கு நீங்கள் உங்கள் குழந்தையைக் காரணம் சொல்வதுதான் உச்ச பட்ச குற்றம்.

என்ன சொல்லியிருக்கலாம்? குழந்தை என்ன செய்யவேண்டும். ஜாக்கிரதையாகப் பிடிக்கணும்; அவ்வளவுதானே? ''டம்ப்ளர ஒரு கையால கீழ்பாகத்துல பிடிச்சுக்கோ கண்ணு. பத்திரமா மெதுவா வா!'' என்றால் போதுமே!

ஆரோக்கியமோ, உறவுகளோ, செல்வமோ, வேலையோ எங்கு சிக்கல் இருந்தாலும் உங்கள் எண்ண ஓட்டத்தைக் கண்காணியுங்கள். எது வேண்டாம் என்பதை நினைப்பதைவிட எது வேண்டும் என்று நினைத்தால் நினைப்பது நடக்கும்!

25

உலகம் எங்கும் ஒரே மொழி

The Definitive Book of Body Language

Allan & Barbara Pease

எதிராளியைச் சின்ன எக்ஸ்ட்ரா அறிவைக் கொண்டு ஏமாற்றிவிடலாம் என்று சொல்லுகிற புத்தகங்களை முதல் பார்வையிலேயே நிராகரிப்பேன். உடல் மொழி பற்றி ஆலன் பீஸ் எழுதிய முதல் புத்தகத்தை 20 வருடங்கள் முன் பார்த்த போது இப்படி உணர்ந்துதான் தொடாமலே வந்தேன். என் எண்ணத்தை ஊர்ஜிதம் செய்யும் வகையில் எப்படி உட்காரணும், எப்படி கண்ணைப் பார்த்து பேசணும் எனப் பல பயிற்சியாளர்கள் பம்மாத்து பண்ணுகையில் ஆலன் பீஸ் பற்றிக் குறிப்பிடுவார்கள். கண்டிப்பாக இது டுபாக்கூர் என்றுதான் நினைத்து வந்தேன்.

சில டெக்னிக்குகளை வைத்துப் பிறரை ஏமாற்றுவது சாத்தியமில்லை; எதிராளியின் அறிவையும் அனுபவத்தையும் இது குறைத்து மதிப்பிடும் செயல் என அடிக்கடி சொல்வேன்.

2005ல் வெளிவந்துள்ள The Definitive Book of Body Language (Allan & Barbara Pease எழுதியது தான்) மீண்டும் கண்ணில் பட்டது. பின் அட்டையில் உடல் மொழி அறிந்தால் என்ன பலன்கள் என்று பட்டியில் இருந்தது. எப்படி நல்ல தோற்றத்தை ஏற்படுத்த, எப்படி

பேரத்தில் வெற்றி பெற, பொய்யா உண்மையா என்று எதிராளி பேச்சை எடை போட, பிறர் ஒத்துழைப்பு நாட, எதிராளியின் உள் நோக்கம் அறிய. காதல் முயற்சிகளில் வெற்றி பெற....! ஸ்..அப்பா...!! முடியலை.

புத்தகத்தை சுவாரசியமில்லாமல் புரட்டினேன். ஆண்கள் பொய் சொன்னால் பெண்கள் சுலபமாகக் கண்டுபிடிக்கிறார்கள். பெண்களின் பொய்கள் ஏன் ஆண்களால் உடனடியாகக் கண்டுபிடிக்கப்படுவதில்லை என்ற பகுதியைப் படித்து முடிப்பதற்குள், ''இதையும் சேத்து பில் பண்ணிடுங்க!'' என்றேன்.

ஒன்றுக்கு ஒன்று தொடர்பில்லாத பணியும் பிரயாணமும் என்னைத் துரத்த இந்தப் புத்தகம் படிக்க இரண்டு மாதங்களுக்கு மேலானது. முடிக்கையில் எனக்கு ஆலன் பீஸுக்கும் ஒரு மானசீக உரையாடல் நிகழ்ந்தது:

'' பார்த்தீர்களா? உடல் மொழியைச் சட்டென்று மாற்றி யாரையும் ஏமாற்ற முடியாதுன்னு நான் சொல்றது சரிதானே?''

'' அதான்.. நானும் 35 வருஷமா சொல்லிட்டிருக்கேன். நீங்கதான் என் புத்தகங்களைப் படிக்கலை!''

இந்த தம்பதி எழுத்தாளர்களின் (பார்பரா பீஸ் ஆலனின் மனைவி) புள்ளி விவரங்கள்: மொத்தம் 16 நூல்கள், 52 மொழிகளில் மொழி பெயர்க்கப்பட்டு 25 மில்லியன் புத்தகங்கள் விற்பனை, 30 நாடுகளில் பயிற்சி வகுப்புகள், இது தவிர பத்திரிகை பத்திகள், தொலைகாட்சி படங்கள், நாடகங்கள், ஒரு பாக்ஸ் ஆஃபிஸ் படத்துக்கான கதை என கோடம்பாக்கம் பாஷையில் மிரட்டலாக உள்ளது. (அது ஏன் மிரட்டணும் என கோடம்பாக்கம் நண்பர்களைக் கேட்டு ஒரு தனி கட்டுரை எழுதணும்!)

பல்லாயிரக்கணக்கான வருடங்கள் இருந்த மொழி உடல் மொழிதான். மிகத் தாமதமாகத் தோன்றிய மொழிதான் வார்த்தைகளால் ஆன மொழி. அதனால் நம் ஆதி குணங்கள் முழுக்க முழுக்க மிருகத்தனமாய் இருக்கின்றன. அதனால்தான் ஒரு ஆள் தூரத்தில் பம்மிக்கொண்டே செல்லும்போது, ''ஏண்டா அவன் ஒரு மார்க்கமாத் திரியறான்?'' என்று சொல்ல முடிகிறது.

ஒரு வன விலங்கு எது தன்னைத் தாக்க வரும் மிருகம், எது மோகித்து வரும் மிருகம், எது நட்புறவு பாராட்டும் மிருகம், எது யதேச்சையாக எதிர்படும் மிருகம் என ஒவ்வொன்றின் வித்தியாசங்களை நொடிப் பொழுதில் அறியும் ஆற்றல் கொண்டது. ஆறாம் அறிவும், மொழியும், நாகரிகமும் இந்த அறிவை மட்டுப்படுத்தினாலும் இன்னும் அழியாமல் அது நம் புரிதலுக்கு உதவுகிறது.

அதனால்தான் அனைத்தையும் அனைவரையும் நாம் பார்க்க நினைக்கிறோம். பெண் பார்க்கிறோம். வேலை பார்க்கிறோம். ஆஃபிஸ் பார்க்கிறோம். மனிதர்களும் அவர்களின் உடல் மொழியும் தான் நம் புரிதலுக்கு ஆதாரம். பேசும் வார்த்தைகளைவிட.

நாம் 60%க்கு மேல் உடல் மொழியையும் 40%க்கு குறைவாகத்தான் வார்த்தைகளையும் புரிதலுக்குத் துணை கொள்கிறோம். உடல் மொழியும் வார்த்தைகளும் முரண்பட்டால் உடல் மொழியைத்தான் முழுவதும் நம்புவோம். அதனால் மனிதர்களை, அவர்களின் உள் நோக்கம் அறிந்து கொள்ள உடல் மொழிபற்றிய புரிதலில் தேர்ச்சி பெறுதல் மிக அவசியம் என்கிறார்கள் ஆசிரியர்கள்.

உடல் மொழியைச் சுலபமாகப் புரிந்துகொள்பவர்கள் ஆண்களா பெண்களா? பொங்கல் பட்டிமன்றம் எல்லாம் வேண்டாம். சந்தேக மில்லாமல் பெண்கள்தான். அதனால்தான் பாதி விவாதத்தில், ''நீ இப்ப கோபமாக இருக்கே!'' என்று கொலம்பஸ் மாதிரி லேட்டாகக் கண்டு பிடிக்கிறோம். சண்டைக்கான சரியான தருணத்தைத் தேர்ந்தெடுப்பதில் பெண்கள் ராஜதந்திரிகள். எல்லாம் உடல் மொழி சாஸ்திரம் இயல்பாகத் தெரிந்ததால்தான் என்கிறார்கள்.

இது எப்படி சாத்தியம்? மொழி வளராத சிசுவின் அசைவில் அதன் தேவைகளை உணரும் தேவையும் பக்குவமும் பெண்ணுக்கு வாய்க்கிறது. ஒரு சிணுங்கலிலேயே ஏன் இந்த அழுகை புரிவது இதனால் தான். பல பெண்களை வளர்த்து ஆளாக்கிய வயோதிகப் பெண்மணிகள் யாரும் சொல்லாமலே எல்லா விஷயங்களையும் புரிந்துகொள்வது இந்த ஆற்றலில்தான்.

உள்ளுணர்வு, புலன் மீறிய அறிவு எல்லாம் தேவையில்லை. உடல் மொழிகளைப் புரிந்துகொண்டால் போதும்; பல ஆன்மிகவாதிகள் பிழைப்பது இப்படித்தான் என்கிறார்கள். வெளிநாடுகளில் கிரிஸ்டல் உருண்டையை வைத்து எதிர்காலத்தைக் கணித்துச் சொல்பவர்கள் தங்களிடம் வருபவர்களின் மனதை எப்படி அவர்கள் உடல் மொழி மூலம் தெரிந்து கொள்கிறார்கள் என விளக்கும் பகுதி சுவாரசியம்.

தங்கள் முகம் நீங்கலாகத் தங்கள் உடல் மொழியே 90% ஆண்களுக்கும் 50% பெண்களுக்கும் தெரியாது என்ற ஆச்சரிய ஆய்வு சிந்திக்க வைக்கிறது. பொய் சொல்லும் போது கைகள் வாயையோ வாயுடன் மூக்கையோ தொடுவது ஏன் என்று படிக்கும்போது எனக்கு ஃப்ராய்ட் ஞாபகம் வந்தது. கை குலுக்குவோரின் அதிகாரத் தேவை அழகாகச் சித்திரிக்கப்பட்டுள்ளது.

ஒவ்வொரு பகுதி அசைவும் ஓர் உணர்வைச் சார்ந்தது. எதிராளிக்கு மறைமுகமாக அதை உணர்த்துகிறது. எந்த அசைவும் செயலும் எந்த உணர்வைக் குறிக்கிறது என்பதைப் படங்களுடன், உலகத் தலைவர்கள் உதாரணங்களுடன், அறிவியல் பின்புலத்துடன் விளக்குகிறார்கள். கைகள், புன்னகை, கண்கள், கை குலுக்கல்கள், பொருட்களைக் கையாளுதல், இருக்கை அமைப்புகள், அதிகாரச் சின்னங்கள் என மிக விரிவாக விளக்குகிறது புத்தகம்.

வெறும் சில உத்திகளை வைத்து ஏமாற்ற முடியாது. விமானப் பணிப் பெண்களின் சிரிப்பைப் போலி என்று கண்டுகொள்வதால்தானே பெரும்பாலோர் பதில் புன்னகை செய்யாமல் போகிறார்கள்.

மனவியல் வல்லுனர்கள் மட்டுமல்ல, மக்களைக் கூர்ந்து கவனிக்கும் எல்லாருக்கும் இது சுலபமாகப் பிடிபடும். எழுத்தாளர்கள், விற்பனை சிப்பந்திகள், ஆட்டோ ஓட்டுனர்கள், அரசியல்வாதிகள், நிருபர்கள், போலீஸ்காரர்கள் என மக்கள் சார்ந்து பணிபுரியும் அனைவருக்கும் இயல்பாக அமையும். வியாபாரம் சார்ந்த அனைவருக்கும் இந்த நூல் பெரிதும் பயன்படும்.

அது மட்டுமா?

மர்லின் மன்றோ ஏன் பெரிய கவர்ச்சிப் பேரரசி என்பது இந்தப் புத்தகம் படிக்காதவர்களுக்கும் தெரியும். அவரின் எந்தெந்த உடல் அசைவுகள் இந்தக் கவர்ச்சியைக் கூட்டிக் காண்பிக்கிறது என்பதை இந்தப் புத்தகம் படித்தால் நன்கு புரிந்துகொள்ளமுடியும்.

கவர்ச்சியும் உடலை விட உடல் மொழி சார்ந்ததே!

26

அதிகம் என்றால் குறைவு

The Paradox of Choice

Barry Schwartz

''கண்ணா, சாப்பிடாமல் போகாதே! இட்லி, தோசை ரெடி. வேண்டாம்னா ஓட்ஸ் கஞ்சியும் இருக்கு. இல்ல டிபன் பாக்ஸுக்கு வச்ச ஆலு பரோட்டாவே ஒண்ணு சாப்பிட்டுட்டுப் போ.''

''நூடுல்ஸ் பாக்கெட் இல்லையா?''

''இருக்கு. காலங்காத்தால அது எதுக்கு? தோசை ரோஸ்டா தர்றேன். ஓகேவா?''

''சரி...சட்னி வேண்டாம். சாஸ் இல்லையா? இல்லைன்னா வெறும் பொடி தொட்டுக்கறேன்.''

15 நிமிடம் கழித்துத் தட்டை வைக்கையில் பிள்ளை திருப்தி இல்லாமல் சொல்கிறது: ''ரோஸ்டாவே இல்லை. இதுக்கு பதில் பொடி தோசையா மெத்துனு ஊத்திக் கொடுத்திருக்கலாம்.''

பேப்பர் படித்தவாறு தகப்பனின் அங்கலாய்ப்பு: ''இப்படி சாய்ஸ் கொடுத்து கொடுத்தே கெடுத்திட்டே!''

இது உங்கள் வீட்டிலும் நடக்கிறதா? உங்களுக்கு ஓர் ஆறுதல் செய்தி: இது உங்கள் வீட்டில் உங்கள் பிள்ளைக்கு மட்டும் நடக்கவில்லை. சமூகத்தில் அனைவருக்கும்

அனைத்து முடிவு எடுக்கும் தருணங்களிலும் நிகழ்கிறது என்கிறார் பேரி ஷ்வார்ட்ஸ். சந்தை பொருளாதாரம் அளித்த எல்லையில்லா தேர்வுகளின் பக்க விளைவு என்கிறார். பக்க விளைவா அது? பக்கா விளைவு!

The Paradox of Choice வியாபார வியூகம் சார்ந்த சம கால படைப்புகளில் முக்கியமானது என்று சொல்வேன். சமூகவியல் பேராசிரியரான இவரின் இந்தப் புத்தகம் முழுக்க முழுக்க சமூக உளவியல் செய்திகள் கொண்டது.

அளவுக்கு அதிகமான தேர்வுகள் இருக்கையில் மனம் எப்படி திருப்தியில்லாமல் போகிறது என்பதை உறுதிப்படுத்துகிறது இந்தப் புத்தகம். முடிவு எடுக்கும் தருணத்தில் மனித மனம் பெரும் உளைச் சலோடும் நிச்சயமில்லாத ஊசலாடும் தன்மையோடும் செயல்படுகிறது என்றும் விளக்குகிறார்.

சுதந்தரம் என்று தோன்றும் வாய்ப்புகளும் தேர்வுகளும் எப்படி நம்மைச் சிக்கலில் சிக்கவைக்கின்றன என்று பண்டிதத்தன்மையில்லாமல் எளிமையாகப் புரியவைக்கிறார் பேராசிரியர்.

யோசித்துப் பார்க்கையில், உங்கள் வீட்டுக்குத் தேவையான மளிகை சாமான்களின் எண்ணிக்கை எவ்வளவு? லிஸ்ட் போட்டு வாங்கினால் 30 தேறும். ஆனால், ஒரு சாதாரண சூப்பர் மார்க்கெட்டில் சுமார் 30,000 பிராண்டுகள் உள்ளன. மாலில் உள்ள மெகா கடைகளுக்குச் சென்றால் எண்ணிக்கை பல மடங்காக உயரும். தவிர ஒவ்வொரு பொருளுக்கான பிரத்யேகக் கடைகளுக்குச் சென்று அந்த எண்ணிக்கைகளையும் கூட்டினால் அது லட்சங்களைத் தாண்டும்.

மளிகை வாங்கும் நேரம் முன்பு அதிக பட்சம் அரை மணி நேரம். பல வீடுகளில் லிஸ்ட் அனுப்பினால் வீட்டுக்குப் பொருட்கள் வருவதால் 10 நிமிடத்தில்கூட முடியும். இன்று நடைவண்டி உருட்டி மூன்று மணி நேரமும் இரு மடங்கு அதிகப் பணமும் செலவு செய்து வீட்டுக்கு வந்த பின் நடக்கும் உரையாடல் இது தான்:

''இது மறந்துட்டேன்!'', ''இதுகூட ஃப்ரீ ஆஃபர்னு எடுத்தீங்க. தண்டம்!'', ''இத இங்க வாங்கக் கூடாது, அவசரத்துக்கு வாங்கிட்டேன்!, '' இதுல சின்னது இல்ல. இவ்வளவு தீராது; அதுதான் இங்க பிரச்சினை'', ''இதுக்கே நேரம் ஆயிட்டதால வீட்டுக்கு வந்து சமைக்கல; ஏதாவது ஆர்டர் பண்ணி சாப்பிடலாம்!

அதிகம் சாய்ஸ் கிடைத்தால் அதிகம் மனம் திருப்திப்படும் என்பது எவ்வளவு அழகான பொய்!

ஓட்டலில் உணவு ஆர்டர் செய்வதிலிருந்து வாழ்க்கைத் துணையைத் தேர்வு செய்வதுவரை இது எல்லா இடத்துக்கும் பொருந்தும்.

தேர்ந்தெடுத்த பொருள் மீது சந்தேகமும் தேர்ந்தெடுக்கத் தவறிய பொருளின் மீது ஏக்கமும், தங்கள் முடிவின் மீது ஒரு நம்பிக்கை யில்லாத தன்மையும் எல்லா முடிவு எடுக்கும் சூழ்நிலைகளிலும் ஏற்படுகிறது. இந்த உணர்வுகள் தொடந்து மனதில் மண்டிக் கிடக்கையில் அது பெரும் துக்கமாக உருவெடுக்கிறது.

''அந்த அரக்கு கலர்தான் நிச்சயம் இதவிட பெட்டர். அவளும் இதே கலர் வச்சிருக்கான்னுதான் எடுக்கலை. இவ்வளவு கொடுத்து இதை எடுத்ததுக்கு அது கண்டிப்பா எல்லாத்தையும்விட பெஸ்ட் சாய்ஸ்'' என்று புடவை வாங்கிய பின் பெண்கள் பேசுவது இதனால்தான்!''

''நல்ல ஆஃபர் பா அது. பெங்களூர். இன்னும் 2 லட்சம் சி.டி.சி. அதிகம். வேண்டாம். இது எம்.என்.சி. சென்னையில கிடைக்குது. குடும்பத்தை டிஸ்டர்ப் பண்ண வேண்டாம்னு இதுக்கு வந்தேன். சொதப்பிடுச்சு!''

தேர்வு செய்யும் சுதந்தரம் மனத்தை அலைக்கழிக்கிறது. அதுதான் உண்மை. அதிகம் சிந்திக்க வாய்ப்பு இல்லாமல் தேர்வு இல்லாமல் கிடைக்கும் சிறு விஷயங்களைகூட நாம் பெரிதும் ரசிப்பது இதனால் தான்!

''Maximizers", "Satisficers'' என்று மனிதர்களை வாழ்க்கையில் திருப்தி அடையும் அடிப்படையில் இரு வகையாகப் பிரிக்கிறார் பேரி ஷ்வார்ட்ஸ். கீழ் கண்ட கேள்விகள் சிலவற்றுக்கு ''ஆம்'' அல்லது ''இல்லை'' என்று பதில் அளித்தால் நீங்கள் எந்த ரகம் என்று புரியும்,

'' இங்கு உள்ளதைவிட வெளியே தேடினால் இன்னும் சிறப்பாகக் கிடைக்கும்!''

''எனக்கு எதுவும் மிகச் சிறந்த (பெஸ்ட்) பொருள்தான் வேண்டும்.''

''எவ்வளவு நல்ல வேலையில் இருந்தாலும் வெளியில் என்ன வாய்ப்புகள் என்று தேடிக்கொண்டே இருப்பேன்!''

''டி.வி பார்க்கையில் தொடர்ந்து சானலைத் திருப்பிக் கொண்டே இருப்பேன்''.

''என் மனத்துக்குத் திருப்தி கிடைக்கும்வரை கால விரயமானாலும் தேடிக்கொண்டே இருப்பேன்''

''என் வாழ்க்கையைவிடப் பிறர் வாழ்க்கை நமக்கு வாய்த்தால் எப்படி இருக்கும் என கற்பனை செய்வேன்''

அதிகம் ஆம் என்று பதில்கள் இருந்தால் நீங்கள் Maximiser! அதிகம் இல்லை என்று பதில்கள் இருந்தால் நீங்கள் Satisficer!

அனைவரையும் மேக்ஸிமைசர்கள் ஆக்க விழைகிறது சந்தை பொருளாதாரம் என்கிறது இந்தப் புத்தகம். அமெரிக்கர்களுக்காகவே எழுதப்பட்டதாகச் சொல்லப்படும் இந்தப் புத்தகம் நமக்கு வெகுவாகப் பொருந்துகிறது எப்படி என்று யோசியுங்கள்.

வாடிக்கையாளர் மன நிலை என்ன என்று வியாபாரிகளுக்குப் புரிய இந்த நூல் பயன்படும். அதைவிடத் தேர்வுகள் செய்தும் திருப்தியாக இருப்பது எப்படி என்று கடைசி அத்தியாயத்தில் விளக்குகிறார்.

எதில் சாய்ஸ் எடுக்கலாம் எதில் வேண்டாம் என்று முடிவு செய்யுங்கள். தேவைக்குச் சரி என்று தோன்றும் சராசரிகள் பல சமயம் போதும். இழந்த வாய்ப்புகளின் மதிப்பை விட முடிவு செய்த வாய்ப்பின் மதிப்பில் கவனம் செலுத்துங்கள். திரும்பப் பெற முடியாத வாய்ப்புகள், மாற்ற முடியாத முடிவுகள் இவற்றைத் தேர்ந்தெடுங்கள். நன்றி உணர்வு கொள்ளுங்கள். கடந்த காலத்துக்கு வருந்தாதீர்கள். உங்கள் எதிர்பார்ப்புகளை மட்டுப்படுத்துங்கள். சமூக ஒப்பீடுகளைப் பெரிதுபடுத்தாதீர்கள். உங்கள் குறைகளையும் முட்டுக்கட்டைகளையும் ஏற்றுக்கொள்ளுங்கள்.

தத்துவ போதனைபோலத் தோன்றும் இவை அனைத்தும் மன நலம் பேண உதவும். சந்தையின் ராட்சஷத்தனத்துக்கு இரையாகாமல் இயங்க முடியும். Reduce, Reuse, Recycle என்பதுதான் உலகத்தைக் காக்கப்போகும் மந்திரச் சொற்கள் என்கிறார்கள் சுற்றுப்புற ஆர்வலர்கள். சமூகவியலாளர் எழுதிய பிசினஸ் புத்தகமும் இதைத்தான் சொல்கிறது.

இதைத்தான் நம்ம ஆள் ஒருத்தர் ரொம்ப காலம் முன்னரே நமக்கு சொல்லிட்டு போனாரு. அவர் பெயர்கூட மோகன்தாஸ் கரம்சந்த் காந்தியோ என்னவோ..!

27

நன்றாக வாழ்வோம் ஒரு நூறு வருஷம் !

Healthy at 100

John Robbins

ஒரு கிரேக்கக்கதை உண்டு.

அரோரா என்கிற அந்தி நேர தேவதை டிதோனஸ் என்ற போர்வீரனைக் காதலிக்கிறாள். ஒரு மனிதனைக் காதலிப்பதால் அவனுடைய மரணம் பிரிவை ஏற்படுத்திவிடும் என்று அஞ்சி ஜீயஸ் எனும் கடவுளிடம் வேண்டுகிறாள்: ''தேவனே... நான் ஒரு மனிதப்பிறவியைக் காதலிக்கிறேன். அவனுக்கு சாகா வரம் அளித்து எப்போதும் என்னுடன் இருக்கச் செய்!'' ஜீயஸ் சிரித்தவாறு வரமளிக்கிறார்.

அவன் எப்போதும் இளமையாக இருக்கவேண்டும் என்கிற வரத்தையும் சேர்த்துக் கேட்கக் காதல் அவசரத்தில் மறந்துவிட்டாள். அவள் மனதில் டிதோனஸின் இளமை பிம்பம் மட்டும் இருந்தது. ஆனால் காலப் போக்கில் அவன் வடிவிழந்து, வலுவிழந்து, உறுப்புகள் செயலற்று, குன்றிப்போக ஆரம்பித்தவுடன் தன் வரமே அவனுக்கு சாபமாகப் போனதை உணர்கிறாள்.

இந்தக் கதை John Robbins எழுதிய Healthy at 100 புத்தகத்தின் அறிமுக அத்தியாயத்தில் உள்ளது. இன்றைய அமெரிக்காவின் நிலை இதுதான் என்கிறார் ஜான் ராபின்ஸ்.

மருத்துவம், காப்பீடு, பொருளாதார வசதி, தகவல் தொழில் நுட்பம், கல்வி வளர்ச்சி அனைத்தும் ஆயுளைப் பெரிதும் கூட்டி வருகிறது. ஆனால், சென்ற நூற்றாண்டில் கடைசி 1% ஆயுட்காலம் நோயில் கழிந்தது. கடந்த 10 ஆண்டுகளில் அது கடைசி 20% ஆயுட்காலம் என மாறி, அடுத்த 10 ஆண்டுகளில் அது சுமார் 40% ஆயுட்காலம் நோயில் கழியலாம் என்கிறார் ஜான் ராபின்ஸ்.

அமெரிக்காவை அடி தொட்டு வணங்கிப் பின்பற்றும் இந்தியாவுக்கு இந்தப் புத்தகம் தேவை என்பதால் சிபாரிசு செய்கிறேன்.

நோய்களுக்கான நேரடி மற்றும் மறைமுகச் செலவுகள் பன் மடங்கு பெருகிவிட்டன. ஒருபுறம் மருத்துவ மனைகள், மருந்து உற்பத்தி நிறுவனங்கள், காப்பீட்டு நிறுவனங்கள் வரும் வருடங்களில் அசுர வளர்ச்சி பெறும். மற்றொரு புறம் எல்லா நிறுவனங்களும் பணியாளர் ஆரோக்கியத்துக்கும் பாதுகாப்புக்கும் அதிகச் செலவு செய்யும். இதுதான் வணிக பாதிப்பு.

பணியாளர் நலப் பயிற்சி சார்ந்த என் படிப்பில்தான் ஜான் ராபின்ஸைக் கண்டுபிடித்தேன். அவரின் Diet for New America எவ்வளவு தேடியும் அப்போது கிடைக்கவில்லை. 2000ல் அவரின் Food Revolution படித்தேன். பால் பற்றிய என் சுய ஆராய்ச்சி முற்றியிருந்த பருவம். உணவுக்குப் பின் உள்ள உளவியலைப் படித்துக் கொண்டிருந்த எனக்கு உணவுக்குப் பின் உள்ள அரசியல், வியாபாரப் பின்னணியை உணர்த்தியது அந்தப் புத்தகம். பால், புரதம், மாமிச உணவு பற்றி அமெரிக்காவில் ஏற்படுத்தப்பட்ட மாய பிம்பங்களைத் தகர்த்த ஜான் ரபின்ஸ் என் நிஜ நாயகர்கள் வரிசையில் சேர்ந்தார்.

கொடி கட்டிப் பறந்த ஐஸ் கிரீம் வியாபாரத்தில் சம்பாதித்தது பல மில்லியன்கள். இழந்தது அப்பா மற்றும் வியாபாரத்தில் ஈடுபட்ட நெருங்கிய உறவினர்களை. பாலின் அதிகக் கொழுப்புச் சத்தால் இருதய நோய்க்கு ஆளானார்கள். குடும்ப வியாபாரமான பாஸ்கின் ராபிஸை விட்டு வெளியேறித் தனிமையில் சுய அலசலும் யோகாவும் சைவ உணவுமாகப் பல வருடங்கள் திரிந்து, பின் அமெரிக்காவின் இயற்கை உணவு மற்றும் சைவ உணவின் முகமாகவும் இறைச்சி மற்றும் துரித உணவு நிறுவனங்களின் சிம்ம சொப்பனமாகவும் மாறினார் ஜான் ராபின்ஸ்.

சட்ட ரீதியாகவும் ஆராய்ச்சி ரீதியாகவும் தொடர்ந்து அமெரிக்க மக்களை, தவறான உணவு மற்றும் வாழ்க்கை முறைகளிலிருந்து காப்பாற்ற முயற்சி செய்து வருகிறார்.

இந்த நூல் அவரின் வித்தியாசமான முயற்சி.

உலகில் 100 வயதுக்கு மேல் ஆரோக்கியமாக வாழ்ந்ததாகச் சொல்லப்படும் மனிதர்களை ஆராய்ச்சி செய்தும், பிற ஆராய்ச்சிக் குறிப்புகள், நேர்காணல்கள், மருத்துவ வரலாறு, ஆவணப்படம் எனத் திரட்டுகளிலிருந்தும் ஒரு சாமானிய மேற்கத்திய மனிதனுக்கு எழுதப் பட்ட புத்தகம் இது. அவர்களின் உணவு, வாழ்க்கை முறை, சமூகக் கட்டமைப்பு, வேலை என சகல விஷயங்களையும் ஆராய்ந்து எழுதியிருக்கிறார்.

அப்காஷியன் எனும் ரஷ்ய பழங்குடிகள், வில்கபம்பா எனும் தென் அமெரிக்கர்கள், மத்திய ஆசியாவின் ஹன்சுங்குகள், தென் ஜப்பானின் ஒகினவா தீவு மக்கள் என விரிகிறது ஆராய்ச்சி. ஒகினவா தீவில் மட்டும் ஒரு லட்சம் பேர் 100 வயதைக் கடந்தவர்கள் இருக்கிறார்கள் என்பதால் மேற்கத்திய மருத்துவ ஆராய்ச்சி பட்டாளம் வருடக்கணக்கில் டேரா போட்டுக் கண்ணில் விளக்கெண்ணெய் விட்டு ஆய்வு செய்திருக் கிறார்கள்.

145 வயது என்றால் சரி என்று உடனே ஏற்றுக்கொள்வதில்லை. பல், முடி, தோல், கண்கள், ரத்தம், எலும்பு எனப் பல பரிசோதனைகளுக்கு பின்தான் வயது நிர்ணயிக்கப்படுகிறது. பலர் வயதைச் சரியாகச் சொல்வதில்லை என்கிறார்கள். 145 இருக்காது, 120தான் என்று அறிக்கை படிக்கும்போது சிரிக்காமல் இருக்க முடியவில்லை.

100 வயது வாழ நான் என்ன செய்ய என்று கேட்டால், ஜான் ராபின்ஸ் ஆராய்ச்சிக் குறிப்புகள் சொல்வது இவைகளைத் தான்:

- வயோதிகம் கொண்டாடப்படும் சமூகச் சூழலில் 100 சுலபமாக சாத்தியமாகிறது. இந்த சமூகங்களில் ''வயதானவர்கள்'' என்ற சொல்லாடல் இல்லை. ''நன்கு வாழ்பவர்கள்'' என்கிறார்கள்
- பெரும்பாலும் செடி கொடி உணவுகள், கொழுப்பு நீக்கிய (குறைவான) மாமிசம்தான் உணவு. உப்பு, சர்க்கரை கிடையாது. எண்ணெயில் வறுப்பது, பொரிப்பது என்பது தெரியாது.
- நடையும் ஓட்டமும்தான் வாழ்க்கை முறை. ஆடு மேய்க்கும் ஒரு 130 வயது இளைஞரைத் தேடி டாக்டர் லீஃப் ஓடி அலையும் குறிப்புகள் சுவாரசியம்.
- நகைச்சுவை உணர்வு அபாரம். ஒரு ஆளைச் சோதித்தால் மற்றவர்கள் அருகில் உட்கார்ந்து நக்கலடிக்கிறார்கள்.
- எந்த சோகத்தையும் மிக இயல்பாக எடுத்துக்கொள்கிறார்கள். 3 பேரக்குழந்தைகளைப் போன வருஷம் பேதியில் பறி கொடுத்தேன் எனும் போதும் உடைந்து போகவில்லை.

- எல்லாமே மனிதர்கள் சார்ந்தது. தனிமையே கிடையாது. எல்லா நேரத்திலும் கூட்டமாகவே வாழ்கிறார்கள்.

டிப்ரஷன், டிமன்ஷியா, ஆஸ்டிரேபொரோசிஸ், டயாபடிஸ், இருதய நோய்கள் இவை அனைத்தும் பல சமூகங்களில் இல்லவே இல்லை.

நாமும் அப்படித்தானே இருந்தோம் என்கிறீர்களா?

இளமையாகத் தெரிவதுதான் நாகரிகம், முதுமை கேவலம் என்பது இன்றைய சமூகச் செய்தி. அது வயோதிகம் தவிர்ப்பும் செயற்கை இளமை முயற்சியையும் மக்களிடம் தூண்டுகிறது.

கடை உணவும், பாத்ரூம் செல்லக்கூட வாகனம் தேடும் மனமும், சதா தனிமையில் செல்போனைப் பார்க்கும் பழக்கமும் மாறினால், மனித ஆயுள் பற்றி நம் பாரம்பரிய நம்பிக்கையான 120 தொடலாம் என்று தோன்றுகிறது. வேலைக்குச் சேரும் ஒவ்வொருவருக்கும் வாழ்வியல் சார்ந்த பயிற்சி அளித்து இவையெல்லாம் எடுத்துச் சொன்னால் அடுத்த தலைமுறை தப்பிக்கும்.

ஜான் ராபின்ஸை உங்களுக்காக மீண்டும் படித்ததில் எனக்கு ஒரு சின்ன நம்பிக்கை கீற்று. என் இருபதுகளில் என்.டி.ஆர் ஸ்ரீதேவியுடன் காலை தூக்கி ஸ்டெப் போட்டு ஆடும் தெலுங்கு படப் பாடல்களை மாஞ்சு மாஞ்சு கிண்டல் செய்திருக்கிறேன் (பொறாமை தான்!) பிறகு என் வயது ஏற ஏற அவற்றை நிறுத்திக்கொண்டேன்.

இப்போது மஞ்சள் பேண்டும் வெள்ளை கூலிங் கிளாஸும் அகலமான பெல்டும் அணிந்து ஆட மீண்டும் தைரியம் வந்துவிட்டது. ஒரு மன்ச்சி ப்ரொடியூசர் இருந்தா சொல்லுங்க பாஸ்!

28

மனமே மனமே நீ மாறிவிடு !

Who Moved My Cheese?

Spencer Johnson

அதிகம் விற்கிற பிசினஸ் புத்தகங்களுக்கு என்று சில லட்சணங்கள் உண்டு. எல்லா புத்தகக் கடைகளிலும் பிரதானமாகக் கண்ணில்படும். எல்லா கார்ப்பரேட் ஆசாமிகளும் தவறாமல் இது பற்றிப் பேசுவார்கள். மொழி பெயர்ப்புகள் நிகழ்ந்திருக்கும். எல்லா கம்பெனி நூலகங் களிலும் தவறாமல் கிடைக்கும். ''என்னதான் இது?'' என்கிற ஆர்வம் படிக்காதவர் மத்தியிலும் இருக்கும்.

இவை அனைத்தும் Who Moved My Cheese? An Amazing Way to Deal with Change in Your Work and in Your Life புத்தகத்துக்கும் பொருந்தும். 1998ல் வெளியான இந்தப் புத்தகம் அமெரிக்காவில் சுமார் 5 ஆண்டுகள் Top 5 புத்தகங்களில் ஒன்றாக விற்கப்பட்டது. பின்னர் உலகெங்கும் இது வரை 37 மொழிகளில் இரண்டரை கோடி புத்தகங்கள் விற்றுச் சாதனை புரிந்துள்ளது. டாக்டர் ஸ்பென்சர் ஜான்சன் இந்தப் புத்தகம் எழுதி கிட்டத்தட்ட சூப்பர் ஸ்டார் நிலையை எட்டிப்பிடித்தார் என்றால் அது மிகையில்லை.

ஒரு புத்தகத்தை எப்படியெல்லாம் எங்கெல்லாம் விற்க முடியும் என்கிற சூட்சமம் அமெரிக்கர்களுக்கு எல்லா காலங்களிலும் தெரிந்திருக்கிறது. மாற்றத்தை விரும்பும்

ஒவ்வொரு நிறுவனமும் தன் பணியாளர்களுக்கு இதை அளிப்பது அவசியம் என்கிற ரீதியில் உலகம் எங்கும் விற்றிருக்கிறார்கள்.

மாறுதல் வேண்டும் என்பதைப் பொதுவாக எல்லாரும் ஒப்புக் கொள்கிறோம். ஆனால் மாற்றத்தை நிகழ்த்தும் முழு மனமும், துணிவும், திறனும்தான் பற்றாக்குறை எங்குமே. மாற்றத்தை மறுக்கும் மனோபாவத்திலிருந்து மாற்றத்தை எதிர் நோக்கும் மனோபாவத்துக்கு நம்மை இட்டுச் செல்கிறது இந்தப் புத்தகம்.

சின்ன சைஸில் 94 பக்கங்கள்தான். இரண்டு எலி, இரண்டு மினி சைஸ் மனிதர்கள், இவர்கள் தேடும் பாலாடைக் கட்டி. இவ்வளவுதான் கதைக்களம். பாலாடைக் கட்டி தீருவதைக் கவனிக்காதபோது திடீரென்று தீர்ந்ததாக ஸ்தம்பித்து நிற்பதும், பின்னர் மன மாற்றத்துக்குப் பிறகு புதுப் பாலாடைக் கட்டியை எதிர் நோக்குவது மாகச் செல்லும் சின்னக் கதை. மனிதர்களைவிட எலிகள் விரைவில் மாற்றத்தைப் புரிந்துகொள்கின்றன. தான் கற்ற விஷயத்தை சுவரில் எழுதி வைக்கின்றன. அதை நாம் படித்து, அட, ஆமாம்..!'' என்று ஆச்சரியப்படுகிறோம்.

சுருக்கமாகச் சொன்னால் மாற்ற நிர்வாகத்தை இதைவிட எளிமையாக வலிமையாக எடுத்துச் சொல்ல முடியாது எனலாம். இங்கும் பல நிறுவனங்கள் இந்தப் புத்தகத்தைப் பயிற்சி நூலுடன் பணியாளர் களுக்கு வழங்குவதைப் பார்த்திருக்கிறேன்.

இந்தப் புத்தகம் இவ்வளவு ஹிட் அடிக்க என்ன காரணம் என்று யோசித்திருக்கிறேன். மீண்டும் இதைப் படிக்கையில் எனக்கு ஒரு துரித உணவு உண்பதைப் போன்ற உணர்வுதான் மேலோங்கியது. ஒருவிதத் தட்டைத்தன்மையும், ஆழமின்மையும், அவசரமாகப் பொதுமைப் படுத்துதலும் சட்டென்று ஒரு வெறுப்பைக்கூட உண்டு பண்ணியது. மற்றவர்கள் என்ன நினைக்கிறார்கள் என்று அறிய என் சகாக்கள் பலருடன் பேசினேன். எல்லாரும் ஒரு மனதாகச் சிலாகித்தார்கள்.

''முழுசா படிச்ச ஒரே புத்தகம்!'' என்று சொன்னார் ஒருவர். அதிகம் விலை கொடுத்து வாங்கிய புத்தகத்தைப் படிக்காதபோது ஏற்படும் குற்ற உணர்விலிருந்து தப்பினேன் என்றார். மிகச் சிறிய நேரத்தில் சுலபமாக எல்லாவற்றையும் புரிந்து கொள்ளவேண்டும் என்கிற அவசரத்தில் உள்ள இந்தத் தலைமுறைக்கு இந்தப் புத்தகம் தீனி போடுகிறது என்பதுதான் வெற்றி சூட்சுமமோ?

சாராம்சமாக எலிகள் நமக்குச் சொல்பவை இவைதாம்: மாறுதல்கள் வந்து கொண்டே இருக்கும். என்னென்ன மாறுதல்கள் வரும் எனக் கண்காணித்துக் கொண்டே இருங்கள். மாற்றத்தைக் கால தாமதமின்றி ஏற்றுக் கொள்வதுதான் சிறந்த வழி. மாற்றத்தை ரசியுங்கள். இந்த

மாற்றமும் மாறும். மீண்டும் மீண்டும் மாறத் தயாராகுங்கள். மாற்றத்தை ரசித்தவாறு வாழுங்கள் என்றென்றும்!

பாலாடை என்பது குறியீடு. நம் வாழ்க்கையில் நாம் துரத்தும் வெற்றியும் சந்தோஷமும்தான் பாலாடைக் கட்டிகள். எதை சந்தோஷம் என்றும் வெற்றி என்றும் நினைத்துச் செய்துகொண்டிருக்கிறோமோ அவை மாறிக் கொண்டே வருகின்றன. திடீர் மாற்றம் வாழ்க்கையை நிலைகுலைய வைக்கிறது. எது தமக்கு நடக்காது என்று நினைக்கிறோமோ அது நமக்கு நடக்கும்போது மனம் அதை ஏற்றுக்கொள்வதில்லை. மறுப்பும், கோபமும், செயலற்றுக் கிடப்பதும் நம் தடுப்பு நடவடிக்கைகளாகக் கொள்கிறோம். அவை எந்தவித்ததிலும் பலன் அளிக்காது என்று காலம் புரிய வைக்கிறது. இந்தப் பரிவர்த்தனை தத்துவத்தைப் புரிந்துகொள்ளும் போது வருவதை இயல்பாக ஏற்றுக்கொள்ளும் பக்குவம் வருகிறது.

மாற்றத்தை ஏற்றுக்கொள்ளும் மன நிலை வணிகர்களுக்கு நிரம்பத் தேவைப்படும். ஒரு தேர்தல் முடிவு, ஒரு சட்டச் சீர்திருத்தம், ஒரு போட்டியாளர் தந்திரம், ஒரு சந்தை மாற்றம், ஒரு இயற்கை கொந்தளிப்பு, ஒரு முக்கிய பணியாளர் விலகல் எந்தவொரு சிறு மாறுதல்கூட உங்கள் வியாபாரத்தைப் புரட்டிப் போடலாம். அடுத்த மாறுதலை எதிர் நோக்கித் தேடி அணைத்து ஏற்றுக்கொள்ளுதல் காலத்தின் கட்டாயம்.

ஒவ்வொரு வியாபாரமும் ஒரு இக்கட்டில் தன்னைப் புதுப்பித்துக் கொள்கிறது. அதனால்தான் ஒவ்வொரு பெரும் சந்தைத் தேக்கத்தின் போதும் பல புதிய தொழில்கள் பிறக்கின்றன. உங்கள் வியாபாரத்தில், உங்கள் வாழ்க்கையில் கடந்த 10 ஆண்டுகளில் என்ன மாற்றம் நிகழ்ந்துள்ளன? அடுத்த 10 ஆண்டுகளில் என்ன நடக்கலாம் என்று யோசியுங்கள். இதை யோசிக்க இப்புத்தகம் உதவும்.

''எங்கே வாழ்க்கை துவங்கும் ?- அது
எங்கே எவ்விதம் முடியும்?
இதுதான் பாதை; இதுதான் பயணம்
என்பது யாருக்கும் தெரியாது.
பாதையெல்லாம் மாறி விடும்; பயணம் முடிந்துவிடும்.
மாறுவதைப் புரிந்து கொண்டால்
மயக்கம் தெளிந்து விடும்!''

இந்த கண்ணதாசன் பாட்டுக்கும் எனக்கும் அதிக வயது வித்தியாசம் கிடையாது. அன்று இயல்பாகச் சொன்ன சினிமா பாடலின் சாரத்தை இன்று வியாபாரப் புதினமாகப் படிப்பதும் காலத்தின் மாற்றத்தினால் தானா?

29

வாடிக்கையாளர் சேவை இப்போதைய தேவை...

The Fred Factor

Mark Sanborn

கல்கத்தாவுக்கு அது என் முதல் பயணம். நட்சத்திர விடுதி சொகுசு கிடைத்தும் மனம் இட்லி, சாம்பார் கேட்டது. கிடைக்கும் என்ற நம்பிக்கை இல்லாததால் அடுத்தகட்ட நடவடிக்கை என்ன என்று யோசித்தபோது தொலைபேசி சிணுங்கியது. கெஸ்ட் ஹாஸ்பிடாலிடி சர்வீஸ் எக்ஸ¬க்யூடிவ் பெண் நலம் விசாரித்தார். ஒரு நொடிப் பொழுது யோசனைக்குப் பின் கேட்டேவிட்டேன்: ''இட்லி சாம்பார் கிடைக்குமா?''

கிடைத்தது. மீண்டும் விளித்து ''இட்லி எப்படி?'' என்று கேட்க ஆஹா ஓஹோ என்று நன்றி நவில, ''மதிய உணவு என்ன வேண்டும்?'' எனக் கேட்டார். ''கவலைப் படாதீர்கள். மைசூரிலிருந்து ராவ் என்ற ஷெஃப் உள்ளார். தைரியமாக ஆர்டர் செய்யுங்கள்!'' என ஊக்கப்படுத்த சின்ன வெங்காயம் போட்ட சாம்பாரும் உருளைக் கிழங்குப் பொரியலும் போதும் என்றேன். எண்ணெயில் பொரித்த அப்பளமும் சேர்ந்து வந்தது. விடை பெறும் போது அந்தப் பணிப்பெண்ணின் வேலைப் பொறுப்பு களை விசாரித்தேன். உணவு விருந்தோம்பல் அவருடைய பொறுப்பில் இல்லை. அறை சௌகரியங்கள்

விசாரிப்பதுதான் அவருடைய வேலை. ஆனால் கடைசிவரைக் கூடுதல் பணியையும் தன் பொறுப்பாகப் பாவித்துச் செய்தது என்னை வியப்பில் ஆழ்த்தியது.

அடுத்த கருத்தரங்கம் எங்கு நடத்தலாம் என்று பேச்சு வந்தபோது வேறு எண்ணத்துக்கே இடம் கொடுக்காமல் தாஜ் பெங்கால் என்றேன். 2002ல் சுமார் இரண்டரை லட்சம் பில்லிங் கிடைத்தது விடுதிக்கு. இந்த பிசினஸ் வரக் காரணம் யார்? கான்ஃபிரன்ஸ் அறை விற்கும் பேங்குவெட் ஆசாமியா? இல்லை. என்னை உளமாற உபசரித்த அந்தப் பெண் தான்.

இது என் வேலை இல்லை என்று எல்லோரும் விலகிப் போகும் காலத்தில் வாடிக்கையாளரின் தேவையைத் தன் தேவைபோல உணர்ந்து வாஞ்சையோடு செயல்படுவதைத்தான் Fred Factor என்கிறார் மார்க் சான்பார்ன்.

யார் இந்த ஃப்ரெட்?

அமெரிக்காவில் அஞ்சல் துறையில் பணி புரியும் போஸ்ட்மேன்தான் ஃப்ரெட். அவரிடம் அப்படி என்ன விசேஷம்? அதுவும் ஒரு புத்தகத்தை அவர் பெயரில் கொண்டு வரும் அளவுக்கு? சொல்கிறார் ஆசிரியர்.

வேலையை உத்வேகத்துடன் செய்வது எப்படி என்பதை ஃப்ரெட்டிடம் கற்றுக்கொள்ளவேண்டும் என்கிறார். ஒரு அஞ்சல்காரர் அப்படி என்ன பிரமாதமாகச் செய்துவிட முடியும்?

செய்ய முடியும் என்று நிரூபிக்கிறார் ஃப்ரெட்.

''ஊருக்குப் போகிறீர்களா? முன்கூட்டியே சொல்லிவிடுங்கள். தபால் போடாமல் இருப்பேன். கடிதங்கள் கொட்டிக் கிடந்தால் வீட்டில் ஆளில்லை என்று தெரிந்துவிடும். திருட்டு பயம் எதற்குத் தேவையில்லாமல்?'' என்பார்.

நல்ல செய்தியை விடக் கெட்ட செய்தியை முந்தித் தரணும் என்பார். துக்க செய்தியை அவரே தெரிந்த இடங்களில் சொல்வார்.

பிறந்த நாள் என்றால் கட்டாயம் வீடு போய் வாழ்த்துவார்- தபால்கள் இல்லாவிட்டாலும். ஒவ்வொரு தபாலையும் தன் வாடிக்கையாளர்களின் சொத்து தன்னிடம் உள்ளதுபோலப் பாவித்துக் கையாள்வார்.

கஸ்டமர் சேவைக்கான உயரிய விருதை அமெரிக்க அரசு ஃப்ரெட் பெயரில் நிறுவியுள்ளது.

ஃப்ரெட்டைச் சந்தித்த நூல் ஆசிரியர் மார்க் சான்பார்ன் அதன் பின் தன் ஒவ்வொரு கருத்தரங்கிலும் ஒரு விஷயத்தைத் தவறாமல் பகிர்கிறார்:

நீங்களும் ஃப்ரெட் ஆகலாம். இந்த ஃப்ரெட் ஃபாக்டர் கற்கக் கூடியது என்கிறார். அதற்கான ஃப்ரெட் வழிமுறைகள் என நான்கைத் தருகிறார்.

நீங்கள் நினைத்தால் எந்த மாறுதலையும் செய்யலாம். Make a difference every day.

உறுதியான உறவுகள் மூலம் அதிக வெற்றிகளைப் பெறுங்கள்.

பணம் செலவு செய்யாமல் வாடிக்கையாளர் மதிப்பைக் கூட்டுங்கள்.

தொடர்ந்து உங்களை புதுப்பித்துக் கொள்ளுங்கள்.

108 பக்கங்கள் மட்டுமே கொண்ட சின்ன புத்தகம். தெளிவான எழுத்து. கதைகள் மற்றும் சம்பவங்கள் அதிகம் என்பதால் படிப்பது எல்லாருக்கும் எளிது. தவிர இதைப் படிக்கையில் நம் எல்லாருக்கும் நமக்குத் தெரிந்த ஃப்ரெட்கள் நிறைய ஞாபகத்துக்கு வருவார்கள்.

அமெரிக்காவில் உள்ள அஞ்சல்காரரைத் தூக்கிப் பிடிக்கையில் நம் ஊர்களில் நம் குடும்பத்தில் ஒருவராக வாழ்ந்த பல அஞ்சல்காரர்களை நினைவுகூர வைக்கும். உங்கள் வாடிக்கையாளர் அனுபவத்துக்கு மதிப்பு கூட்ட என்ன செய்யவேண்டும்? மார்க் சான்பார்ன் சொல்லும் மந்திரங்கள் இவை தான்:

உண்மையை எல்லா நேரத்திலும் சொல்லுங்கள். உங்கள் தனி நபர் முத்திரை அந்த சேவையில் தெரியும் வண்ணம் இருக்கட்டும். பிறருடைய எதிர்பார்ப்பையும்விட அதிகமாக, விரைவாகச் செய்யப் பாருங்கள். நகைச்சுவையும் உற்சாகமும் எப்போதும் இருக்கட்டும். எதையும் எளிமைப்படுத்துங்கள். உங்கள் சேவையைத் தொடர்ந்து மெருகேற்றிக் கொண்டே இருங்கள்.

சுலபமான பாடங்கள்தான். ஆனால், இங்கு வாடிக்கையாளர் சேவை என்பது பெரும்பாலும் கசப்பான அனுபவம்தான். மகிழ்ச்சியும் உற்சாகமும் இல்லாத பணியாளர் என்றும் தன் வாடிக்கையாளருக்கு நல்ல அனுபவம் தர இயலாது. உங்கள் பணியாளர்களை நன்கு பராமரித்தாலே அவர்கள் உங்கள் வாடிக்கையாளரை நன்கு பராமரிக்க வழி செய்வார்கள்.

தொழில் நுட்பம் எல்லாருக்கும் சமமாகக் கிடைக்கும் பட்சத்தில் ஒரு சேவையைத் தூக்கிப்பிடிப்பது அதன் பணியாளர்களின் நேர்மையும் உதவும் குணமும் உற்சாகமும் மட்டும்தான். இதைத்தான் ஃப்ரெட் ஃபாக்டரில் அமெரிக்க உதாரணங்களுடன் விளக்குகிறார் ஆசிரியர்.

திரும்பத் திரும்ப இயந்திர கதியாக ஒரே வேலையைச் செய்யும்போது உற்சாகம் உலர்ந்து போகிறது. ''நான் கிரியேட்டிவ் வேலைக்குப் போக

வேண்டிய ஆள் சார். இங்க வந்து மாட்டிக்கிட்டேன்!'' என்று பலர் சொல்லிக் கேள்விப்பட்டிருக்கிறேன். முதல் முறையாக சினிமா படப்பிடிப்பு பார்ப்பவர்கள் பலர் திரும்பத் திரும்ப ஒரே காட்சியை எடுக்கும்போது அலுப்படைவார்கள். சினிமா என்பது ஒரு பக்கம் கிளர்ச்சியாகவும் இன்னொரு பக்கம் இயந்திரகதியாக இயங்கும் தொழில். யோசித்துப் பார்த்தால் எல்லாத் தொழில்களும் இப்படித்தான்.

நம் தொழிலை எந்த மன நிலையுடன் எதிர்கொள்கிறோம் என்பதுதான் கேள்வி!

ஃப்ரெட் பற்றிப் படிக்கையில் எந்த வேலை செய்தாலும் அதை உற்சாகத்துடனும் புதுமையாகவும் செய்யலாம் என்கிற நம்பிக்கை வலுவடைகிறது!

30

பெருந்தகவலும் பெருங்கடலும்

Big Data

Viktor Mayer-Schonberger and Kenneth Cukier

புள்ளியியல் விரும்பாத பெரும் புள்ளி நான். கண்கள் சிவக்க விஜயகாந்த் வசனம் பேசினால் மட்டும் ரசிப்பேன். முனைவர் பட்டம் வரை கையாண்டும் எண்களுடன் சிநேகம் கொள்ள முனைப்பு காட்டவில்லை. பின் கார்ப்பரேட் வந்தபின் கொஞ்சம் புள்ளி விவரமும் நிறைய இங்கிலீஷுமாய் பி.பி.டி போடும் ஆராய்ச்சிகளைப் பரிகாசம் செய்வதோடு சரி. பெரிதாக அலட்டிக் கொள்ளவில்லை.

நிர்வாகத்தில் எண்கள்தான் பிரதானம். அதைத் தேவைப்படும் அளவுக்கு மட்டும் பயன்படுத்துவேன்.

உள்ளுணர்வு, உடல் மொழி, குழு மனம், புரிதல், பயிற்சித்தல், ஆலோசனை என என் உளவியல் சார்ந்த பயணத்தில் எல்லாம் எண்கள் இல்லாத தகவல்கள்தான் பிரதானமாக இருந்தன. வலது மூளை பயன்பாட்டிலேயே வண்டி ஓடிக்கொண்டிருந்தது.

தகவல் தொழில்நுட்பத்தால் வியாபார அறிவு பெருகி எல்லாத் துறைகளிலும் Analytics, Business Intelligence போன்ற வார்த்தைகள் புழக்கத்தில் வந்தபோதுகூட என் குறைந்த பட்ச புரிதல் போதும் என்று நினைத்தேன்.

ஆனால் விக்டர் மேயர் ஷான்பர்கர் மற்றும் கென்னத் குகியர் எழுதிய பிக் டேட்டா புத்தகம் என்னை நிலைகுலைய வைத்தது. விக்டர் ஆக்ஸ்ஃபோர்ட் பல்கலைகழகப் பேராசிரியர். கென்னெத் தி எகானமிஸ்ட் பத்திரிகையின் தகவல் ஆசிரியர் (Data Editor).

புத்தகத்தின் ஆரம்பமே படு சுவாரசியமாக இருந்தது. பறவைக் காய்ச்சல் பரவ ஆரம்பித்திருந்த நேரம். என்ன எது என்று தெரியாமல் அரசுகளும் மருத்துவத்துறைகளும் தடுமாறிக் கொண்டிருந்தன. யாருக்கு என்ன வைத்தியம் எப்படி செய்வது, எவ்வளவு மருத்துவர்கள் தேவை, அடுத்து எங்கு பரவும், எவ்வளவு செலவு பிடிக்கும் என எந்தத் தகவலும் தெரியாது.

அந்த நேரத்தில் கூகுள் நிறுவனத்தினர் நேச்சர் எனும் அறிவியல் இதழில் ஒரு கட்டுரை வெளியிட்டிருந்தது. அந்த வியாதி எங்கு பரவும் அடுத்து என்று கூகுள் தகவல்கள் மூலம் கண்டுபிடிக்கலாம் என்றது அந்தக் கட்டுரை. அதி நவீன வசதிகள் கொண்ட அமெரிக்க அரசாங்கமே இதைக் கண்டு ஆடிப்போனது. இது எப்படி சாத்தியம்?

விளக்கியது கூகுள். அவர்களின் தேடல் சேவை மூலம் தினசரி 3 பில்லியன் தேடல் தகவல்கள் சேகரிக்கப்படுகின்றன. தினம் தினம் சேகரிக்கப்படும் தகவல்கள் அனைத்தும் பாதுகாப்பாக உள்ளதால் உலகின் மிகப் பெரிய தகவல் வங்கி எனச் சொல்லலாம்.

நோயின் அறிகுறிகள், தேடியவரின் பூகோளம், நோயின் தீவிரம், ஆகக் கூடிய செலவு என பல நுணுக்கமான கண்டுபிடிப்புகள் செய்யலாம். இவ்வளவு வேகமாகத் துல்லியமாக கணிக்கக்கூடிய சக்தி கூகுளுக்குத் தான் உண்டு என்றும் தெரிவித்தது. அணு ஆயுதம் முதல் ஆதம்பாக்கம் மாமி மெஸ் வரை எதைத் தேடினாலும் அது பாதுகாக்கப்படுகிறது என்றால் நம்மிடம் உள்ள தகவல்கள் கடவுள்போலச் செயல்படக் கூடியவை என்று தெரிகிறது.

2003ல் ஓரென் எட்சியோனி என்பவர் விமான பயணம் செய்கையில் பக்கத்து பயணியிடம் விமானக் கட்டணம் விசாரித்திருக்கிறார். நீண்ட நாட்களுக்கு முன்னர் தான் வாங்கிய கட்டணத்தைவிடக் குறைவாக, அதுவும் தாமதமாக வாங்கியிருக்கிறார் அந்தப் பக்கத்து சீட்காரர். கொதித்துப் போனவர் அனைத்துப் பயணிகளிடம் கட்டணம் கேட்டிருக்கிறார். தாறுமாறாக இருந்தன.

பயணிகளுக்கு என்றைக்கு டிக்கெட் வாங்கினால் என்ன விலை என்று தெரியாததால் இந்த ஏற்ற இறக்கங்கள். இதைக் கண்டுகொண்ட அந்த தகவல் தொழில் நுட்ப ஆராய்ச்சியாளர் அனைத்து விமானக் கட்டண தகவல்களையும் பெறுகிறார். பல விமானக் கட்டண

மென்பொருள்களையும் ஆராய்கிறார். பின்னர் ஃபேர்காஸ்ட் எனும் இண்டர்னெட் புக்கிங் மூலம் விமானப் பயணச் சீட்டு விற்கும் கம்பெனி துவங்குகிறார்.

சூட்சமம் இதுதான். தகவல்கள் பெறுவது பெரிதல்ல. அந்தத் தகவல்கள் மூலம் நம் வாழ்க்கைக்கு, தொழிலுக்கு ஏற்ற பயன் பாட்டைப் பெறுவது எப்படி என்பதில்தான் வெற்றி. வரலாற்றில் என்றும் இல்லாத அளவுக்குத் தகவல்கள் வைத்திருக்கிறோம். எல்லா வற்றையும் பல முறை சேமித்தும் வைத்திருக்கிறோம். ஃபேஸ் புக்கும் ட்விட்டரும் இன்று நம்ப முடியாத அளவுத் தகவல்களை வைத்திருக்கின்றன.

இந்தத் தகவல் பெருங்கடலில் மூழ்கித் தனக்கான முத்துகளை எடுக்கும் வித்தகர்களுக்குதான் இனி எதிர்காலம்.

ஒரு ரியல் எஸ்டேட் அதிபர் கூறினார்: ''எனக்குத் தேவை 200 வில்லா வாங்கும் வாடிக்கையாளர்கள்தான். அவர்கள் எங்கு கிடைப்பார்கள் என்று தெரியாமல்தான் கோடிக்கணக்கில் விளம்பரத்துக்கு செலவு செய்கிறேன்!''

பிசினஸ் இண்டெலிஜென்ஸ் மூலம் நமக்குக் கிடைக்கிற பெருந் தகவலைக் கடைந்தால் அந்த 200 பேரை அதிகச் செலவில்லாமல் பிடிக்கலாம் என்று தெரிகிறது. ஒவ்வொரு நிறுவனமும் வாடிக்கை யாளர் அட்டை கொடுத்துத் தள்ளுபடி விற்பனை, பரிசுகள் எனக் கொடுப்பது இந்த வாடிக்கையாளர் தகவல் சேகரிப்புக்குத் தான்.

ஆனால் பிக் டேட்டாவின் வீச்சு, ஒளியைப்போல வேகமாகச் செல்லக் கூடியது. விபத்து நடப்பதைத் தடுக்கலாம். குற்றவாளியை அவன் குற்றம் புரிவதற்குள் பிடிக்கலாம். நோய் பரவுவதைத் தடுக்கலாம். இப்படி எல்லாம் சாத்தியம் எனத் தெரிகிறது.

முன்பு எல்லாவற்றையும் சரித்திர ரீதியாக ஆராய்ந்து காரணம் கண்டறிந்து செயல்பட்டோம். இனி ஒரு விஷயம் நடக்கையிலே அதன் போக்குடன் சென்று அதைக் கையாளும் தகுதியை நமக்கு இந்தப் பெருந்தகவல் அளிக்கிறது என்கிறார்கள் ஆசிரியர்கள்.

இன்னொன்றும் தெரிகிறது. நாம் ஒரு நிர்வாண உலகில் இருக்கிறோம். எந்தத் தகவலும் யாருக்கு வேண்டுமானாலும் கிடைக்கும். எப்படி வேண்டுமானாலும் பயன்படுத்தலாம். தனி நபர் சுதந்தரம் முதல் தேசப் பாதுகாப்புவரை பாதிக்கப்படலாம்.

இந்தக் கேள்விகளையும் சேர்த்துக் கேட்பது ஆசிரியர்களின் நடு நிலைமையை காட்டுகிறது.

நீங்கள் எந்தத் துறையில் இருந்தாலும் இது கண்டிப்பாகப் படிக்க வேண்டிய புத்தகம். உங்கள் துறையும் நீங்களும் எப்படி மாறிப் போக உள்ளீர்கள் என்று யோசிக்க வைக்கும்.

பெருந்தகவல் ஒரு பெருங்கடல். இது ஒரு சரித்திர, அறிவியல் பரிணாமம். இதை நம் சமூகம் எப்படி கொண்டு செல்லும் என்பது கவனிக்க வேண்டியது.

பெருந்தகவல் வரமா சாபமா என்பதைக் காலம்தான் சொல்ல வேண்டும்!

31

தலைவன்: சாணக்கிய ரகசியங்கள்

Chanakya's 7 Secrets of Leadership

Radhakrishnan Pillai, D. Sivanandhan

கார்ப்பரேட் சாணக்கியா வந்தபோது படிக்கவில்லை. மளமளவென்று அதிகம் விற்கும் புத்தகமாகப் பேசப் பட்டும் என்னை ஏனோ ஈர்க்கவில்லை. மொட்டைத் தலையுடன் முதுகுப்புறம் காட்டி நிற்கும் கார்ப்பரேட் ஆசாமி அட்டைப் படமும் என்னைக் கவரவில்லை. சாணக்கியரும் எனக்கு என்றுமே ஆதர்ஷ சரித்திர புருஷர் அல்ல. அதனால் படிக்காதது நஷ்டமில்லை என்று நினைத்துக் கொண்டேன்.

இருந்தும் ராதாகிருஷ்ணன் பிள்ளையின் இரண்டாம் புத்தகமான Chanakya's 7 Secrets of Leadership படிக்கக் காரணம் அதன் இணை ஆசிரியர் டி. சிவானந்தன். மும்பையின் முன்னாள் காவல் துறை ஆணையாளர்.

அவரைப் பற்றி என்னிடம் சொன்னவர்கள் அவரின் சாதனைகளை நிறையச் சொன்னார்கள்: மகாராஷ்ட்ரா காவல் துறையைச் சீரமைத்தவர். சட்டம் ஒழுங்கைப் பெரு நகரில் மீட்டவர். சமூக விரோதிகளைக் களையெடுத்தவர். உயிரைப் பணயம் வைத்துக் கடமை ஆற்றியவர்.

காவல் துறையினரின் பணி மிகவும் சிக்கலானது. முரட்டுக் கரம் கொண்டு இறுக்கினால் மனித உரிமை

மீறல்களாகிவிடும். தளர்த்தினால் குற்றங்கள் பெருகும். இந்த இரு நிலைகளுக்கும் இடையில் மிதமான போக்கு என்பது நடைமுறையில் சவாலானது. அப்படி ஒரு சவாலான பணி செய்த ஒரு மூத்த காவல் துறை பிரமுகர் எழுதியது என்றதும் தயக்கம் இல்லாமல் படிக்க ஆரம்பித்தேன்.

பல பாலிவுட் படங்களுக்கு இவர் வாழ்க்கை சம்பவங்கள் கருவாக இருந்திருக்கிறது என்றும் அறிந்தேன். சுவாரசியமான வாசிப்புக்குத் தயாரானேன்.

இது ஒரு தலைமை பற்றிய நிர்வாகவியல் புத்தகம் என்ற அறிமுகத் தோடு ஆரம்பிக்கிறது புத்தகம். முதல் புத்தகத்தில் சாணக்கியரின் அர்த்த சாஸ்திரம் மற்றும் சாணக்கிய நீதி புத்தகங்களில் காணப்பட்ட தலைமை பண்புகள் சார்ந்த பாடங்கள் அடங்கியதாகத் தெரிந்தது.

ஒரு மேடையில் முன்னாள் காவல் துறை ஆணையர் தன் அனுபவங் களைப் பேசக் கேட்கிறார் பிள்ளை. தன் இரண்டாம் புத்தகத்துக்கு இவர்தான் கரு என முடிவு செய்கிறார். தலைவர் பற்றிய சாணக்கியர் கூற்றுக்கு இவர் வாழ்க்கை பொருந்திப் போவதைக் கவனிக்கிறார். பின்னர் பல காலம் அவரையும் அவர் பணி சார்ந்த பலரையும் நேர்காணல் கண்டு இந்தப் புத்தகத்தை எழுதுகிறார்.

முதலில் கொஞ்சம் சாணக்கியரை சாம்பிள் பார்ப்போம்.

''ஸ்வாமி, அமத்யா, ஜன்பாதா, துர்க், கோஷா, தண்ட், மித்ர இதி ப்ரக்ரித்யா''

(அர்த்தசாஸ்த்ரா, 6.1.1)

என்கிற சுலோகம்தான் இந்த மொத்தப் புத்தகத்தின் சாரம்.

பொருள்: அரசன், அமைச்சன், குடிமக்கள், கோட்டை, கஜானா, படை மற்றும் நண்பன் இவை ஏழும் ஒரு தேசத்தின் முக்கிய அங்கங்கள்.

இன்றைய கார்ப்பரேட் உலகுக்கு இப்படிச் சொல்லலாம்:

அரசன் = நிறுவனத்தலைவன், அமைச்சன்= மேலாளன், மக்கள்= பணியாளர் - வாடிக்கையாளர், கோட்டை= கட்டுமானம், கஜானா= நிதி, படை= குழுவாக செயல் படல். நண்பர்கள்= ஆலோசகர்கள்.

எப்படி ஒரு நிறுவனம் துறை துறையாக இயங்குகிறதோ அதுபோலத் தலைவன் இப்படிப் பகுதி பகுதியாகக் கவனம் செலுத்தவேண்டும் என்று உதாரணங்களுடன் விளக்குகிறது புத்தகம். சிவானந்தன் அவர்களின் காவல் துறை அனுபவங்கள்தான் ஏழு அத்தியாயங்களுக்கும் வலு சேர்க்கின்றன.

காவல் துறையினர் இழந்த நம்பிக்கையை மீட்க இவர் எடுக்கும் வியூகங்களும் செயல்களும் கண்டிப்பாக 'மாற்ற நிர்வாகத்தில்' சேர்க்கலாம். அரசிடம் அனுமதி பெற்றுச் சிறப்பு நிதி பெற்று அவர்களை வலுப்படுத்தக் கை பேசிகள், மடி கணினிகள் வாங்கி அவர்களை நவீனப்படுத்தியதிலிருந்து, அவர்கள் உட்கார்ந்து தேநீர் அருந்தக்கூட இடம் இல்லை எனச் சிறப்புச் சிற்றுண்டி நிலையங்கள் அமைத்தது வரை அனைத்தும் சபாஷ் போட வைக்கிறது.

2 கோடி பேர் வாழும் மும்பையில் வெறும் 42,000 காவல் துறையினர் தான் உள்ளனர். இரு 12 மணி ஷிஃப்ட்டில் வேலை செய்வதால் கிட்டத்திட்ட 2 கோடி பேரை 20,000 பேர் காக்கவேண்டும். அதாவது ஒரு காவல்காரர் 1000 பேரைப் பாதுகாக்கவேண்டும். இந்தப் பின்னணியில் பார்த்தால் காவல் துறையின் சவால் புரியும்.

வெகு சில வருடங்களில் மும்பையின் அனைத்து அமைப்பு சார்ந்த குற்றவாளிகளை அடக்கியது/ நீக்கியது பற்றிப் படித்தபோது, கௌதம் மேனன் படத்தை விட விறுவிறுப்பாக இருந்தது. தாணே போலீஸ் பள்ளி மிகச் சிறந்த முயற்சி.

தீவிரவாதிகளுக்கு எதிரான துப்பாக்கிச்சூட்டில் பொது மக்களில் ஒருவர் மீது தவறுதலாகக் குண்டு பட்டு இறக்க நேரிடுகிறது. இதை மூடி மறைக்க வாய்ப்புகள் இருந்தும் சிவானந்தம் இந்த சம்பவத்துக்குத் தானே முன் வந்து பொறுப்பேற்கிறார். இது சத்தீஸ்கரில் நடக்கும் சம்பவம். அவரின் இந்த நேர்மை நம்மை ஒரு சல்யூட் போட வைக்கிறது.

நிதி நிர்வாகம், மனித வளம், தொழில் நுட்ப உதவி, வல்லுனர் ஆலோசனை, நீண்ட காலத் திட்டங்கள், பொது ஜனத்துக்கும் காவல் துறைக்குமான உறவைப் பலப்படுத்தும் முயற்சிகள் என அவரின் அனைத்து நடவடிக்கைகளும் சாணக்கிய ரகசியங்கள் இடையில் நேர்த்தியாகச் சேர்க்கப்பட்டுள்ளது.

இது சிவானந்தம் எழுதிய புத்தகம் என்பதைவிட சிவானந்தம் பற்றிய புத்தகம் எனக் கொள்ளலாம். சாணக்கியரைவிட சிவானந்தம்தான் மனதில் நிற்கிறார்.

தேவ்தத் பட்னாயக் போன்றோரின் எழுத்துகளை வாசித்தவர்களுக்கு இப்புத்தகம் ஏமாற்றம் தரலாம். மதம், கலாசாரம், நிர்வாகம் என தீவிரமான விசாரணைகள் இல்லாமல் மேம்போக்காக உள்ளது குறையாகப் படலாம். ஷிவ் கேரா புத்தகங்கள் பிடித்தவர்களுக்கு இந்தப் புத்தகம் பிடிக்கலாம்.

நம்ம ஊரில் ஒரு தாடிக்காரர் 2000 வருடங்கள் முன் நிர்வாகத்துக்கும் நிறையச் சொல்லிருக்கிறார். அவரை கடல் நடுவே சிலையாக இடுப்பை ஒடித்து நிற்க வைத்தற்குப் பதில் அந்தச் செலவில் அவர் சொன்னதைவைத்து உலக மொழிகளில் நிர்வாகம் உட்படப் பல நூல்கள் எழுதி வெளியிடலாம்.

ஒரு யோசனைதான்!

32

கவனம் எனும் கவசம்

Focus: The Hidden Driver of Excellence

Daniel Goleman

கவனச்சிதறல்தான் இந்த நூற்றாண்டின் மிகப் பெரிய மனப் பிரச்சினை என்கிறார் டேனியல் கோல்மேன். இவர் Emotional Intelligence என்ற கருத்தாக்கத்தை பிரபலப் படுத்திய உளவியலாளர். பத்திரிகையாளர். எழுத்தாளர். அதே பெயரில் அவர் எழுதிய புத்தகம் வந்த காலம் முதல் பிரபலம்.

Howard Gardner - Theory of Multiple Intelligences அறிவு என்பது பன்முகத்தன்மை கொண்டது என்கிறது. இவர் கூற்றின் அடிப்படையில் விளைந்ததுதான் உணர்வு சார்ந்த அறிவு எனும் கருத்தாக்கம்

கல்விக்கூடத்தில் உணர்வு சார்ந்த அறிவைக் கண்டு கொள்ளவே இல்லை என்கிற வாதத்தைப் பிரமாதமாய் முன்வைத்து வெற்றி கண்டவர் எனச் சொல்லலாம்.

நல்ல மதிப்பெண்கள் வாங்கும் மாணவனை விடக் குறைந்த மதிப்பெண்கள் வாங்கும் மாணவன் வாழ்க்கையில் ஜெயிக்கும்போது அதைப் பலரால் புரிந்துகொள்ள முடிவதில்லை. பாட அறிவை விடத் தன்னை உணர்ந்து, பிறரை உணர்ந்து, தன் உணர்வுகளைச் சிறப்பாகக் கையாண்டு சரியான முடிவு எடுக்கும் மாணவனுக்கு உணர்வு சார்ந்த அறிவு அதிகம் என்று புரிந்துகொள்ளலாம்.

உளவியலைப் பண்டிதர் கூட்டத்தை விட்டு வெளியே எடுத்து வந்து ஆம் ஆத்மிக்குப் புரியும்படிச் சொன்னவர் டேனியல் கோல்மேன்.

இவரின் Focus: The Hidden Driver of Excellence புது வரவு.

நன்கு ஆராய்ச்சி செய்து நிறைய விஷயங்களைத் தொகுத்து எளிய மொழியில் நிறைய உதாரணங்கள் கொண்டு எழுதப்பட்ட கனமான புத்தகம். 300 பக்கங்களுக்கு மேல் உள்ளது என்பதைக் காட்டிலும் ஒவ்வொரு அத்தியாயத்திலும் இவர் கூறும் விஷயங்கள் அதிகம். அதனால் கிட்டத்தட்ட ஒரு மாதம் வைத்துத்தான் படிக்க முடிந்தது.

வரலாற்றில் எங்கும் இல்லாத அளவு கவனச்சிதறல் இன்று மக்களைப் பீடித்துள்ளது என்கிறார். தொழில் நுட்ப வளர்ச்சி இதை மிகத் தீவிரமாக்கிவிட்டது என்கிறார். 60 ஆண்டுகளுக்கு முன்னரே தொழில் நுட்பவளர்ச்சியால் மனித குலம் கவனச்சிதறலில் மாட்டிக்கொள்ளும் என்று சொன்ன தத்துவ அறிஞர் மார்டின் ஹெய்டகர் எவ்வளவு பெரிய தீர்க்கதரிசி!

தன் மகள் அழைப்பது கூடத் தெரியாமல் ஃபேஸ்புக்கில் இருக்கும் அம்மா, விருந்தாளிகளை உட்கார வைத்துவிட்டு தொலைகாட்சி சானல்களை திருப்பிக்கொண்டிருக்கும் குடும்பத்தலைவர், முக்கிய வியாபாரச் சந்திப்பில் எதிராளி இரு வாக்கியங்கள் பேசுவதற்குள் மூன்று முறை பிளாக்பெரியைப் பார்க்கும் கார்ப்பரேட் ஆசாமி என இவர் சொல்லும் அனைத்து உதாரணங்களும் நாம் இங்கும் பார்த்துக் கொண்டிருப்பவைதான்!

கல்வி, வேலை, குடும்ப வாழ்க்கை, பிள்ளை வளர்ப்பு, சமூக உறவுகள் என அனைத்தையும் கவனச்சிதறல் பாதிக்கிறது!

நாலைந்து வேலைகளை இயல்பாகச் செய்த அந்தக்கால வீட்டுப் பெண்மணிகளை நினைவுகூர வைக்கிறது. அடுப்படியில் நின்று கொண்டு மாமியாருடன் பேசிக்கொண்டே, குழம்பு கொதிக்கிறதா என்று பார்த்தவாறே, காயை நறுக்கிக் கொண்டே, மகள் வாய்ப்பாடு சொல்வதைக் கவனித்தவாறே வீதியில் பால்காரன் வருகிறானா என்று நோட்டமிட்டவாறே, சைக்கிள் சத்தம் கேட்டால் கணவராக இருக்கும் என்று எதிர் நோக்கும் பெண்மணி எப்படித் தன் ஒற்றை மனதை இத்தனை வேலைகளுக்கும் சிறப்பாகக் கொடுக்க முடிந்தது?

கவனம் என்பது பிரித்துக் கையாள முடியாதது என்கிறது நரம்பு உளவியல். பின் எப்படி இது சாத்தியம் என்று நான் மாணவப் பருவத்தில் கேள்வி கேட்டு விடை அறிந்ததை, மிக எளிமையாக விளக்குகிறார் கோல்மேன்.

கவனம் பிரிக்க முடியாததுதான். ஆனால் ஒரு விஷயத்திலிருந்து இன்னொரு விஷயத்துக்குக் கவனத்தை நொடிப்பொழுதுக்கும் குறைவாக மாற்றலாம். தேர்ந்த மனம் ஒரு நொடிக்குள் ஆறு விஷயங்களில் கவனம் செலுத்தி, மாறக்கூடியது. அஷ்டாவதானிகள், தசாவதானிகள், சதாவதானிகள் என்று பல வேலைகளை ஒரே நேரத்தில் செய்து சாகஸம் செய்யும் நம் ஊர் கலைஞர்கள் செய்வதும் இதைத்தான். அவர்களும் கவனத்தைச் சிதைப்பதில்லை. கவனத்தை நொடிப்பொழுதுக்குள் பல விஷயங்களுக்கு மாற்றுகிறார்கள். அதே நேரத்தில் பதற்றமில்லாத இயல்பான மனம் ஒரு நொடிக்குக் குறைவான நேரத்தில் ஒரு விஷயத்தை முழுவதுமாகக் கணிக்கக் கூடியது. அதுவும் மனதை ஒரு நிலைப்படுத்தும் பயிற்சி கொண்ட மனிதர்களால் இதை மிக எளிதாகச் செய்யமுடியும்.

இன்றைய பிரச்னை எந்த விஷயத்தின் மீதும் முழுக் கவனம் செலுத்த முடியாமல் அடுத்த விஷயத்துக்குத் தாவுவதுதான். ஆனால், இது முழுக்க முழுக்க மனப்பயிற்சியால் மாற்றக்கூடியது என்பதுதான் நற்செய்தி.

புத்தகத்தின் ஒவ்வொரு அத்தியாயத்திலும் இதுபோல ஏராளமான நுட்பமான விவாதங்கள், பல துறை மனிதர்கள் பயன்படுத்தும் யுக்திகள், அறிவியலுக்கு உட்படுத்தப்பட்ட ஆய்வுகளின் முடிவுகள் என அனைத்தையும் சுவாரசியமான நடையில் சொல்லும்போது ஏன் இவர் உலகப் புகழ் உளவியல் எழுத்தாளராக இருக்கிறார் என்பது புரிகிறது.

கவனம், சுய கட்டுபாடு, பிறர் மனம் புரிதல், நிறைகளை எண்ணுதல், சாமர்த்திய வேலைபாடு, சுவாசம் தரும் மாற்றங்கள், மூளையின் இயக்கம் என அழகாக நகர்த்திச் செல்கிறார்.

தலாய் லாமா சொற்பொழிவு பற்றிய செய்தி சிந்திக்க வைக்கிறது.

தலாய் லாமா திபெத்திய மொழியில் உரையாற்ற அவர் மொழி பெயர்ப்பாளர் அதை ஆங்கிலத்தில் எடுத்துரைக்கவேண்டும். தலாய் லாமா சில நேரங்களில் 15 நிமிடங்கள் வரை நிறுத்தாமல் பேசுகிறார். ஆனால், சிறிது மௌனத்துக்குப் பிறகு மொழிபெயர்ப்பாளர் சரளமாக அதை அப்படியே சிறப்பாக ஆங்கிலத்தில் சொல்கிறார். இதைக் கண்ட கோல்மேன் அந்த இளைஞரை அழைத்து எப்படி சாத்தியம் என்று விசாரிக்கிறார்.

அதற்கு அவர் தன் துறவிப் பயிற்சியில் பல மொழிச் செய்யுள்களை மனன முறையில் கற்றதாகவும், அந்த மனப்பாட முறை தன் கவனத்தைக் கூர்மைப்படுத்தியதாகவும் சொல்கிறார். எங்கு வந்து துறவிப் பயிற்சி பெற்றார் என்று கேட்டதற்கு அவர் சொன்ன பதில்: ''தென் இந்தியா!''

33

ஆட்டமும் மன ஓட்டமும்

The Inner Game of Tennis

W.Timithy Gallwey

சில புத்தகங்கள் ரொம்ப நாட்களாக என்னுடன் பயணம் செய்யும். மணிரத்னம் படத்தில் ஒரு சீனுக்காக நடிக்கும் பெரிய நடிகர்போல என் கவனம் பெற பரிதாபமாக மூன்று புத்தகங்களுடன் நான்காவதாகவே வரும். இந்தப் புத்தகம் வேறு ஒல்லியாக இருந்ததால் வசதியாக இலவச இணைப்புபோலவே மற்ற புத்தகங்களுடனேயே தூக்கிச் சென்று கொண்டிருந்தேன்.

விசாகப்பட்டினத்திலிருந்து மும்பை செல்ல ஏர் இந்தியா ஏறியிருந்தேன். மதிய நேர அசதியும், விருந்தோம்பல் செய்த பெண்மணிகளின் முறைப்பும், சக பிரயாணியின் கைப்பிடி ஆக்கிரமிப்பும் ஏதாவது படித்தால் தேவலை என்று தோன்ற இந்த ஒல்லி புத்தகத்தை எடுத்தேன். மும்பை வருவதற்குள் முக்கால் வாசி முடித்திருந்தேன். சே, இதை ஏன் இத்தனை நாட்கள் படிக்கவில்லை?

The Inner Game of Tennis டென்னிஸ் கோச் ஆன W.Timithy Gallwey எழுதிய புத்தகம். *1974* எழுதிய புத்தகம். தன் பதினைந்தாம் வயதில் ஜெயிக்க வேண்டிய ஒரு சுலபமான மேட்ச் பாயிண்டைத் தவற விட்ட நாள் முதல் மனித மனதைப் படிக்க ஆரம்பித்தவர். பின் டென்னிஸ் கற்றுக் கொடுக்க ஆரம்பித்தவுடன் இந்த உள்

மனத் தடைகள் பற்றி நிறைய ஆராய்ந்தார். பின் அவர் எழுதிய கிளாசிக் இது. இன்றும் டென்னிஸ் மற்றுமில்லாமல் பல விளையாட்டுப் பயிற்சியாளர்களுக்கு இதுதான் புனிதப் புத்தகம் என்கிறார்கள்.

இதன் சாரத்தை வியாபார நிறுவனங்களும் மன அழுத்த மேலாண்மை, கவனக் குவிப்பு, விற்பனை, ஆரோக்கியம் எனப் பல பயிற்சிகளில் பயன்படுத்துகிறார்கள். எனக்கு டென்னிஸ் பெரிய பழக்கமில்லை. ஆனால், படிக்க ஆரம்பித்தவுடன் களம் மிகவும் நெருக்கமாகத் தோன்றியது.

அதிகம் சுற்றாமல் விஷயத்துக்கு வருவது, தன் அனுபவத்தைக் கொண்டே எல்லா உதாரணங்களையும் தருவது, திட்டவட்டமான அத்தியாயப் பிரிவுகள் என வாசிப்புப் பழக்கம் இல்லாதவரையும் சிரமப்படுத்தாமல் கொண்டு செல்லும் நடை இவருடையது.

இதைப் பலர் கூறக் கேள்விப்பட்டிருக்கிறோம்: ''எனக்குத் தெரியாததைச் செய்ய முடியவில்லை என்றால்கூடப் பரவாயில்லை. தெரிந்ததைக் கூட தேவையான நேரத்தில் செய்ய முடியவில்லை. அதுதான் பெரிய குறை!''

இதுதான் விளையாட்டு வீரர்களின் மிகப் பெரிய சவால்.

''பிராக்டிஸ் பண்ணும்போது பர்ஃபெக்டா விளையாடுவேன். ஆனால் மாட்சில் கேவலமா ஆடுவேன்!''

''விளையாடும்போது என் தப்பு என்னன்னு தெளிவா தெரியும். ஆனால் அந்தப் பழக்கத்தை மாற்ற முடியலை!''

''சொல்லிக் கொடுத்த மாதிரியே கரெக்டா ஆடணும் நினைச்சா, விளையாடும்போது ஒண்ணு செஞ்சா ஒண்ணு மறந்துடறது!''

''விளையாட்டு ஆரம்பிக்கும்போதுதான் திடீர்னு ரொம்ப நெர்வஸா ஆகும். என் கவனம் முழுசா போய் சில்லி மிஸ்டேக்ஸ் பண்ண ஆரம்பிச்சுடுவேன்!''

''எனக்கு எதிரியே நான்தான்!''

இவை புத்தகத்தில் உள்ளது மட்டுமல்ல. ஒவ்வொரு ஆட்டக்காரரும் சொல்ல நாம் கேட்டவைதான்.

விளையாட்டில் மட்டுமா? பரீட்சையில் திடீரென்று படித்ததெல்லாம் மறந்துவிடுகிறது. துடைத்துவிட்டதுபோல உள்ளது. இண்டர்வியூவில் தெரிந்த கேள்விக்கே குழப்பமாகப் பதில் அளிக்கிறோம். மேலதிகாரி சொல்லும் எளிய விஷயம்கூடப் பதற்றத்தில் புரிவதில்லை.

சண்டையின் போது சொல்லக்கூடாது என்று வைத்திருக்கும் விஷயத்தைத் தெரிந்து எடுத்து உடைத்துவிட்டுப் பின்னர் வருந்துகிறோம்! இது எல்லோருக்கும் பொதுதானே?

பொதுவாக செஸ், டென்னிஸ், கிரிக்கெட் விளையாட்டுகளை உளவியல் விளையாட்டு என்பர். ஒருவகையில் பார்த்தால் எல்லா விளையாட்டும் உளவியல் விளையாட்டுதான். விளையாட்டு மட்டுமா? எல்லா மனித நடத்தையும் உளவியல் விளையாட்டுதான்.

இதைப் பொத்தாம் பொதுவாகச் சொல்லிவிட்டு, ''அதனால் டென்ஷன் ஆகாதே. ரிலாக்ஸாக இரு. தன்னம்பிக்கை முக்கியம். டெக்னிக்கை மறக்காதே'' என்று கூறுவார்கள் பெரும்பான்மையான பயிற்சியாளர்கள். பிரச்னை அதுவல்ல. இவையெல்லாம் ''எப்படி'' செய்வது? எப்படி டென்ஷன் ஆகாமல் இருப்பது? எப்படி ரிலாக்ஸாக இருப்பது? எப்படி தன்னம்பிக்கை வரவழைப்பது?

இந்தப் புத்தகம் படித்தால் இந்த ''எப்படி''கள் கண்டிப்பாகத் தெரிகிறது!

பொதுவாகப் பயிற்சியாளர்கள் சொல்வது, ''மணிக்கட்டை இறுக்காதே. நேராகப் பார். பந்தை மட்டும் நினை. வேறு எங்கும் கவனம் வேண்டாம். ஸ்ட்ரோக் மறக்கக் கூடாது!'' என்பதுபோலத்தான் இருக்கும்.

இவை அனைத்தும் நேர்மாறாக நடக்கும். ஆட்டக்காரர் தன்னை மிக மோசமாகத் திட்டிக்கொண்டு சரி செய்ய நினைக்கத் தவறுகள் அதிகரித்து ஆட்டம் கை நழுவிப் போகும்.

ஆசிரியர் அழகாகக் கூறுகிறார். விளையாட்டு நடப்பது வெளியே மட்டும் அல்ல. உள்ளுக்குள்ளும் ஒரு விளையாட்டு நடக்கிறது.

கேள்வி கேட்பதும் விமர்சனம் செய்வதுமாகவும் ஒரு மனமும் சொல்வதைக் கேட்டும் இயல்பாக விளையாட முனைவதுமாக ஒரு மனமும் என இரண்டு மனங்கள் உள்ளன. முதல் மனம் சொல்லும் விமர்சனங்களும் வசவுகளும் தீர்மானமான எண்ணங்களும் இரண்டாம் மனதில் பதிகிறது. இதுதான் தன்னைப் பற்றிய மதிப்பீடுகளையும் நம்பிக்கையையும் உருவாக்குகின்றன.

பயிற்சியாளர் வேலை இந்த இரண்டு மனங்களையும் ஒருங்கிணைப்பது தான். திட்டு, பாராட்டு இரண்டும் வேண்டாம். திட்டு நேரடியாகப் பாதிக்கிறது. பாராட்டு ஒரு நிபந்தனை நிலையை ஏற்படுத்தி ஆட்டக்காரரை மட்டுமல்லாமல் சக ஆட்டக்காரர் மன நிலையையும் பாதிக்கிறது.

இயல்பான நிலையில் மனம் அமைதி பெற்றுக் குறிக்கோளை நெருக்கடி இல்லாமல் விளையாட முடியும் என்கிறார். சிறந்த இசையும் பாடலும் ஏன் மௌனத்தில் உருவாகிறது என்று புரிய வைக்கிறார். அது விளையாட்டிலும் சாத்தியம் என்று உணர வைக்கிறார் எளிய பாடங்களுடன்.

ஒரு ஜென் கதை படித்த நிறைவு இதை முடித்ததில் கிடைத்தது.

மனம் ஏகாந்தமாகச் செயல்படும்போது உன்னதங்கள் உருவாவதில் வியப்பில்லையே!

34

சிந்தனை செய் மனமே

The Art of Thinking Clearly

Rolf Dobelli

நாம் செய்யும் தவறுகள் அனைத்துக்கும் நமக்குக் காரணம் தெளிவாகத் தெரிகிறது- நடந்து முடிந்த பிறகு!

பலவற்றை மீண்டும் மீண்டும் செய்கிறோம். நிறைய காரணங்கள் சொல்கிறோம். அடிப்படையில் நமக்கு எல்லாமே தெரியும் என்றும் நிலைமை கட்டுக்குள் இருப்பதாகவும் பாவ்லா காட்டுகிறோம். எல்லாவற்றுக்கும் மூல காரணம் சிந்தனை சார்ந்தே இருக்கிறது. அதுவும் தெரிகிறது. அல்லது தெரிந்ததுபோலத் தோன்றுகிறது.

The Art of Thinking Clearly என்ற புத்தகம் என்னை இழுத்ததற்குக் காரணம் தலைப்பில் இருக்கும் கலை என்னும் வார்த்தை. சிந்தனையைப் பற்றிச் சிந்திப்பது இன்று Cognitive Psychology. ஆனால், ஒரு நாவலாசிரியர் எழுதிய புத்தகம் என்பதால் வேறு பரிணாமத்தை எதிர்பார்த்தேன். ஆசிரியர் ஏமாற்றவில்லை.

ரால்ஃப் டொபெல்லி என்னும் முன் பின் தெரியாத எழுத்தாளரின் புத்தகத்தை வாங்கக் காரணம் எனக்குப் பரிச்சயமான நிக்கோலஸ் நஸீம் தலெப் அட்டையில் பரிந்துரை செய்து எழுதிய வாசகம்தான். தலெப் எழுதிய கறுப்பு அன்னம் பற்றிப் பின்னர் விரிவாக விவாதிக்கலாம்.

மில்லியன் பிரதிகள் விற்று ஐரோப்பாவையே கலக்கிக் கொண்டிருக்கிறது இந்தப் புத்தகம். சுவிட்சர்லாந்தைச் சேர்ந்த டொபெல்லியின் மூல வடிவத்தை நிக்கி க்ரிஃபின் என்பவர் ஆங்கிலத்தில் மொழி பெயர்த்திருக்கிறார். அழகான மொழி. அற்புதமான கோர்வை.

99 சிந்தனைப் பிறழ்வுகளை 99 குட்டி அத்தியாயங்களில் அனாயாசமாகக் கையாள்கிறார். அனைத்தும் நாம் அன்றாடம் செய்பவை என்பதால் சிரிக்காமல் படிக்க முடியவில்லை.

நாம் எடுக்கிற முடிவுகள் எல்லாம் தர்க்க ரீதியில் குறையுடன் இருக்க என்ன காரணம் என்று புட்டுப் புட்டு வைக்கிறார். அனைத்துக்கும் வசீகரமான பெயர்களில் கருத்தாக்கம் செய்திருக்கிறார்.

நாம் நம்மைச் சுற்றி நடக்கும் விஷயங்களை நமது வசதிக்கு ஏற்பப் புரிந்து கொள்கிறோம்.

கரீனா கபூர் ஒரு முகப்பூச்சு விளம்பரத்தில் வந்தால், நாம் அந்த முகப்பூச்சை தடவினால் கரீனா கபூர்போல ஆகிவிடுவோம் என்று நம்புகிறோம். கரீனா கபூர் போன்ற ஏற்கனவே சிகப்பான, அழகான நடிகைகள்தான் இந்த விளம்பரங்களுக்குத் தேர்வு செய்யப்படுகிறார்கள் என்பதை யோசிப்பதில்லை. ஹார்வர்டில் படித்தால் அறிவாளியாக ஆகலாம் என்பது தவறு என்கிறார் ஆசிரியர். அறிவாளிகளை மட்டும்தான் ஹார்வர்ட் தேர்வு செய்கிறது என்பதைக் கவனியுங்கள் என்கிறார்.

நடிக்க ஆசைப்படுபவர்களில் லட்சத்துக்கு ஒருவருக்குத்தான் வாய்ப்பு கிடைக்கிறது. ஆனால் வெற்றி அடைந்தவர்கள் பற்றியே பேசி இது சுலபம் என நம்பிக்கொள்கிறோம் என்கிறார். காரணம் ஜெயித்தவர்களின் கதைதான் பேசப் பிடிக்கும். தோல்விக் கதைகள்கூட வெற்றி அடைந்தவர்களின் ஆரம்ப காலத் தோல்விக் கதைகளாகவே இருக்கும். உண்மையான தோல்விக் கதைகள் யாருக்கும் தெரியாது.

எல்லாவற்றையும் கதைப்படுத்த நினைப்பதால் சில நேரங்களில் தர்க்க சிந்தனை முழுக்க மழுங்கி விடுகிறது என்கிறார். இரண்டு கதைகள். எது மனதில் நிற்கிறது என்று நீங்களே சொல்லுங்கள்: அ) அவன் இறந்தான். அவள் இறந்தாள். ஆ) அவன் இறந்தான். அதனால் அவளும் இறந்தாள் மனம் உடைந்து.

இரண்டாம் கதை மனதில் நிற்பதற்குக் காரணம் அதில் உள்ள கதை அம்சம். நாம் பல செய்திகளை இப்படிக் கதைகள் ஆக்கித் தீவிர சிந்தனையைப் போக்கடிக்கிறோம்.

அதேபோல அறிவாளிகளுக்கும் அறிவாளிகள்போல நடிப்பவர் களுக்கும் வேறுபாடு தெரியாமல் பல தவறான நபர்களின் அறிவுரையைக் கேட்கிறோம். தொலைகாட்சி செய்தி சேனல்களில் நிகழ்ச்சி நடத்துபவர்களையும், பல பிரமுகர்களைப் பேட்டி காண்பவர் களையும், பேச்சு நிகழ்ச்சி நடத்துபவர்களையும் அறிவு ஜீவிகளாய் சமூகம் சுலபமாக ஏற்றுக் கொள்ளும். நிஜ அறிவு ஜீவிகளுக்குக்கூடக் கிடைக்காத வெளிச்சம் கிடைக்கும். இதனால்தான் பல நேரங்களில் தவறான இடங்களில் ஆலோசனை கேட்கப்படுகிறது.

படம் சரியில்லை. அரை மணி நேரத்தில் கணவன் எழுந்து போகலாமா என்றால் மனைவி சொல்கிறாள்: ''300 ரூபா குடுத்து வந்திருக்கோம். பாத்துட்டுபோலாம்!'' இடைவேளையில் கூடுதல் செலவும், நேர விரயமும், தலைவலியும் வர 'ஆரம்பிச்சாச்சு... அப்படியே முடிச்சுக் கலாம்!'' என்கிற மனநிலைதான்!

'பெரும்பான்மை சொன்னால் சரியாகத்தான் இருக்கும்' என்பது இன்னொரு பிறழ்வு என்கிறார். படம் ஹவுஸ் ஃபுல் என்றால் நம்பிக்கையுடன் பிளாக்கில் டிக்கெட் வாங்குகிறோம். அந்தக் கோயிலுக்கு ரொம்பச் சக்தி என்று ஜனம் கூடினால் நாமும் 'திடீர்' பக்தி கொள்கிறோம். இவ்வளவு பேரும் முட்டாளா என்ன? அதனால்தான் டாப் 10 என எல்லா தொழில்களிலும் போலி வரிசைகள் போட்டு ஏமாற்றுகிறார்கள்.

எதையும் கொஞ்சம் மிகைப்படுத்திச் சொல்லும் குணம் இயல்பாக மனித மனதுக்கு உண்டு. எரிச்சலாய் ஒருவரிடம் சிணுங்கிவிட்டு வீட்டு வந்து சொல்வார்: ''விட்டேன் பார் டோஸ்... மனுஷன் ஆடிப்போ யிட்டான்! அந்த பயம் வேணும்.'' தங்கள் திறமைகளையும் நற்குணங் களையும் அதிகமாக மதிப்பீடு செய்யும் தன்மை ஆண்களுக்குப் பெண்களைவிட அதிகமாம்! இதுதான் ரிஸ்க் எடுப்பது எங்களுக்கு ரஸ்க் சாப்பிடுவதுபோல என்று சொல்ல வைக்கிறதோ?

தலைமையும் அதிகாரமும் தவறு இழைக்கச் சொன்னால் அதை அப்படியே செய்கிற பெரும்பான்மையினரின் மனப்போக்கை நிரூபிக்கும் மில்கிராம் ஆய்வு சமூக மனதின் பிரதிபலிப்பு. தனியாக இருக்கும் நல்ல மனிதன் ஏன் கும்பலில் சேர்ந்ததும் எதையும் செய்யத் தயாராகிறான் எனப் புரிய வைக்கிறது.

பங்குச் சந்தையோ, தேர்தலோ, முதலீடுகளோ, ஏலமோ, தொழிலோ எல்லா பண்டித யூகங்களும் பெரும்பாலும் பொய்ப்பது ஏன் என்று நக்கலடிக்கிறார்.

நிர்வாகம், சமூகம், உளவியல், தனி நபர் வளர்ச்சி என எல்லா காரணங்களுக்காகவும் இதைப் படிக்கலாம்.

நம் எண்ணப் பிழைகள் காரணமாக எடுக்கும் தவறான முடிவுகள் பல தவிர்க்கக்கூடியவை. நம் வாழ்க்கையை மீட்கக் கூடியவை.

''சிந்தித்துப் பார்த்துச் செய்கையை மாத்து

சிறுசா இருக்கையில் திருத்திக்கோ- தவறு

சிறுசா இருக்கையில் திருத்திக்கோ!''

பட்டுக்கோட்டையார் சொல்வதைப்போலக் குழந்தைகளுக்குச் சொல்லணும் இவற்றையெல்லாம்!

ஏன் இந்தப் புத்தகத்தைப் பாடத்திட்டத்தில் சேர்க்கக்கூடாது?

35

வேலை வரும் வேளை

What Color is your Parachute?

Richard N. Bolles

''வாழ நினைத்தால் வாழலாம்; வழியா இல்லை பூமியில்?'' என்ற பாடல் நினைவுக்கு வந்தது. எப்படி வேலை தேடலாம் என்றால் எத்தனையோ வழிகள் உண்டு என்று பட்டியல் இடுகிறார் ரிச்சர்ட் நெல்சன் போலஸ்.

உங்கள் ரெஸ்யுமேவை நீங்களாக கம்பெனிகளுக்கு அனுப்பலாம். தினசரி விளம்பரங்கள் பார்த்து விண்ணப் பலாம். அரசு வேலை வாய்ப்பு மையத்தில் பதிவு செய்யலாம். வேலை பெற்றுத்தரும் தனியார் நிறுவனங் களை அணுகலாம். வலை தளங்களில் வாய்ப்புகள் தேடலாம். நண்பர்கள், உறவினர்கள், தெரிந்தவர்களைக் கேட்கலாம். உங்கள் ஆசிரியர்களை அவர்களின் மற்ற மாணவர்களிடம் பரிந்துரை செய்யச் சொல்லலாம். தொலைபேசிப் புத்தகத்தைப் பார்த்து வடிகட்டி வேலை தரக்கூடிய தொடர்புகளைக் கண்டுபிடிக்கலாம். சம்பளம் கிடைக்காவிட்டாலும் பயிற்சி மாணவராய்ச் சேரலாம். முதலாளிகள் அதிகமுள்ள கிளப்பில் உறுப்பினராகச் சேர்ந்து வேலை கேட்கலாம்!

பட்டியல் நீள்கிறது.

இந்தப் புத்தகத்தின் ஒரு துளிப் பதம் இது. What color is your parachute? என்கிற புத்தகத்தின் தலைப்பே ஒரு

தத்துவம் தோய்ந்த கவிதையாகத் தோன்றுகிறது. 1970 முதல் 2009 வரை 30 பதிப்புகள் கண்டு ஒரு கோடி பிரதிகள் விற்ற புத்தகம். தொடர்ந்து இந்த பதிப்பித்துக் கொண்டே இருந்ததால் ஒவ்வொரு பதிப்பும் காலத்துக்கேற்ற விஷயத்தைச் சொல்லுகிறது.

ஒரு அறிவுரை நூலை இவ்வளவு ரசனையோடு கொண்டு வந்ததில் ஆசிரியரின் ஆளுமை தெரிகிறது. புத்தகம் முழுவதும் படங்களும் கேலிச்சித்திரங்களும் நிறைந்திருக்கின்றன. தவிர முழுக்க முழுக்க ''எப்படிச் செய்ய?'' விளக்கங்களும் பட்டியல்களும் மாதிரிப் படிவங்களும் உள்ளதால் தொடக்க நிலை வாசகருக்கும் எளிதாகப் படித்து முடிக்க இயலும்.

அமெரிக்காவில் இளைஞர்களுக்காக எழுதப்பட்ட புத்தகம் இது. அதனால் புத்தகம் முழுதும் குறிப்பிடும் பல பெயர்களும் தகவல்களும் நமக்கு அன்னியமானதாக இருக்கிறது. இருந்தும் பெரும்பாலான விஷயங்கள் நமக்கும் பொருந்துகிறது.

குறிப்பாகத் திடீரென்று வேலை போனால் என்ன செய்யவேண்டும் என்கிற அத்தியாயத்தில் சொல்லப்பட்டவை அனைத்தும் மிகவும் பயனுள்ளவை. முதலில் பதற்றப்படாமல் இருங்கள். உடம்பைக் கவனித்துக் கொள்ளுங்கள். நன்றாகத் தூங்குவது முக்கியம். உடல் பயிற்சி அவசியம். நிறையத் தண்ணீர் குடியுங்கள். ஒரு மூன்று மாத காலம் தேவைப்படலாம் என்பதால் அதற்கு முதலில் ஒரு குறுகிய காலப் பொருளாதாரத் திட்டத்தைத் தீட்டுங்கள். பணம் கிடைக்கும் எந்த வேலையையும் இக்காலத்துக்கு எடுத்துக் கொள்ளுங்கள். நீண்ட நாட்கள் நீடிக்க வேண்டியதில்லை. ஆனால், வேலை தேடலுக்குமான தேவைகளை இது பூர்த்தி செய்யும் என்கிறார்.

நம் சமூகக் கட்டமைப்பில் இந்தக் குறுகிய கால ''ஏதாவது ஒரு வேலை'' மிகவும் சிரமம். என்ன பொருளாதார பிரச்னை என்றாலும் நம் மக்கள் அடிமட்ட வேலைகளைச் செய்யமாட்டார்கள். டிகிரி படிச்சிட்டுக் கையை அசுத்தம் செய்யலாமா என்கிற எண்ணம் எப்படி நம் சமூகத்தைப் பின்னுக்குத் தள்ளுகிறது என இந்தப் புத்தகம் படிக்கையில் புரிகிறது.

வேலைகள் என்றும் நிரந்தரமில்லை எனும்போது அதைப் பெறுவதற்கும், தக்க வைப்பதற்கும், வேறு வேலை தேடுவதற்கும் சில திறன்களும் அறிவுரைகளும் தேவைப்படுகின்றன. அமெரிக்காவில் இதற்குத் தயாராகி விட்டார்கள். நாமும் இதற்குத் தயாராக வேளை வந்துவிட்டது.

வேலை தேடல் கலை என்கிறார். அனைத வழி நடத்த ஆலோசனைகள் தருவதைத் தொழிலாகக் கொண்ட இவர், வெறும் வேலை என்று

கொள்ளாமல் வாழ்க்கைத் தேர்வுகளை எப்படிச் செய்வது எனவும் எடுத்துச் செல்கிறார். சுமார் 35 ஆண்டுகள் அவர் இதைச் செய்ததால் இதை நிபுணத்துவத்துடன் நுண்ணியத் தகவல்களுடன் சொல்ல முடிகிறது.

ஒரு நிறுவனம் பணிக்கு ஆள் எடுப்பதென்றால் என்னவெல்லாம் பார்க்கிறது என்று முதலில் விளக்குகிறார். அதிகபட்சம் நிறுவனத்துக்கு உள்ளே உள்ள ஆட்கள் இருக்கிறார்களா என்று பார்த்து விட்டுத்தான் வெளியே நோக்கும். அதுவும் திறன்களுடன் யாராவது தெரிந்த வட்டத்தில் இருந்தால் முதல் முன்னுரிமை அவர்களுக்குத் தான். பிறகு செலவு செய்யாமல் வெளியிலிருந்து தருவித்துக் கொடுக்கும் அமைப்புகளுக்கு வாய்ப்பு. பிறகு ரெக்ரூட்மெண்ட் கன்ஸல்டண்ட்ஸ் எனும் வேலைக்கு ஆட்கள் கொடுக்கும் தொழிலில் உள்ளவர்களை நாடுவர். பிறகுதான் ஈ மெயிலுக்கு தானாக அனுப்பப் படும் சி.வி.க்களைப் பார்க்கக்கூடும். அதுவும் வெறும் 10 வினாடிகள் தான் ஒரு சி.வி யில் செலவிடப்படுகிறது என்கிறார்.

அந்த 10 செகண்டில் உங்களை அடுத்தகட்ட பரிசீலனைக்குக் கொண்டு செல்லத் தக்க சி.வி.க்கள் எழுதுவது எப்படி என அடுத்த அத்தியாயத்தில் விளக்குகிறார். பின்னர் ஒவ்வொரு வேலை தேடும் முறையையும் விளக்குகிறார். நிறைய உளவியல் சோதனைகளைப் பரிந்துரைக்கிறார். அனைத்து வலைதள தகவல்களையும் அள்ளித் தெளிக்கிறார்.

மிக மிக எளிய புத்தகம். 400 பக்கத்துக்குக் கனமாக, ஆனால் சுவாரசிய மாக எழுதி அதிக விலைக்கு உலகமெங்கும் விற்பதுதான் அமெரிக்க சாமர்த்தியம். இதை வேலை தேடுவோரின் புனித நூல் என்கிறார்கள்.

பின் குறிப்பாக, உலகமெங்கும் (குறிப்பாக மேற்கே) எங்கெல்லாம் வேலைக்கான ஆலோசகர்கள் இருக்கிறார்கள், எப்படி அவர்களைத் தேர்வு செய்யவேண்டும், என்ன உளவியல் ஆய்வு எடுக்கலாம், எப்படி அந்த ஆய்வறிக்கை இருக்கும், என்ன பயிற்சிகள் மேற்கொள்ளலாம் என பால் புட்டியை வாயில் வைத்துப் புகட்டுவதுபோலச் சுலபமாகக் கொடுக்கிறார்.

நமக்கும் இது போன்ற நூல்கள் அவசியம். தமிழிலும் வரவேண்டும். இப்போதைக்கு எனக்குத் தெரிந்து ஒரு ஆள் மட்டும் இது பற்றியெல்லாம் எழுதிக் கொண்டிருக்கிறார்!

36

வாழ்க்கை எனும் ஆசிரியன்

Tuesdays with Morrie

Mitch Albom

"Tuesdays with Morrie படித்திருக்கிறீர்களா?'' என்று கேட்டார் ஒருவர். இல்லை என்றதும் அதைத் தருவித்த வேகமும் அது தன் வாழ்க்கையை மாற்றிய புத்தகம் என்று சொன்னதும் படிக்கத் தூண்டியது. ஒரு படம் பார்ப்பது போலப் படித்து முடித்தேன், ஒரே ஒரு இடைவேளையுடன்!

என்னை மகேந்திரன் காட்சி அமைப்பு என்ன செய்யுமோ, வண்ணதாசன் எழுத்து என்ன செய்யுமோ, இளையராஜா இசை என்ன செய்யுமோ அவை அனைத்தையும் இந்தப் புத்தகம் செய்தது.

இவ்வளவு உருக்கமான புத்தகம் வணிகச் சூழலில் பிரபலமாக இருப்பது ஆரோக்கியமாகப்பட்டது. மிட்ச் ஆல்பம் என்பவர் தன் வாழ்க்கையின் நிஜ அனுபவத்தை எழுதியிருக்கிறார். தன் கல்லூரி காலத்தில் மிகவும் பிரியத்துக்குரிய சமூகவியல் பேராசிரியர் மோரியை வாழ்க்கையின் இயந்திரச் சுழலில் சிக்கி மறந்தே போகிறார்.

ஒரு வகை நரம்பியல் வியாதியால் திடீரெனத் தாக்கப்படும் ஆசிரியர் மோரி தன் சாவை எப்படி எதிர்கொள்வது என

யோசிப்பதற்குள் படுக்கையில் விழுகிறார். சில காலம்தான் என்று டாக்டர்கள் கூறுகிறார்கள். பணி ஓய்வும் கொடுத்து அனுப்புகிறார்கள். இனி மரணத்தை எதிர்கொள்ளும் ஒரே வேலைதான். அதற்காக ஏன் பாடம் நடத்துவதை நிறுத்தவேண்டும்?

படுத்தவாறு மாணவர்களிடம் பேச ஆரம்பிக்கிறார். இயலாமை அவரை வாட்டி எடுக்கிறது. சிறுநீர் கழிக்கக்கூட மாணவர்கள் துணை தேவைப்படுகிறது. இருந்தும் தொடர்ந்து தினம் ஒரு தலைப்பாகப் பாடம் நடத்துகிறார்.

இது தெரிந்த தொலைகாட்சி தயாரிப்பாளர் அவரை வைத்து ஒரு நிகழ்ச்சி நடத்துகிறார். நம்ம ஊர் நீயா நானாபோல. அப்போது மோரி பேசுவதைத் தற்செயலாகப் பார்க்கும் மிட்ச் திடுக்கிடுகிறார். உடனடியாகப் போய்ப் பார்க்கக்கூடத் தயங்குகிறார். பிறகு ஒருவழியாக மிட்ச் ஆசிரியரைத் தேடிப் போகிறார். மீண்டும் ஆசிரியரைத் தேடிச் செல்லும் பக்கங்கள் நெகிழ்ச்சியானவை.

இடையில் மிட்ச் பணி புரிந்த பத்திரிகை நிறுவனம் தொழிலாளர் பிரச்னை காரணமாக மூடப்படுகிறது. மிட்ச் மிகுந்த சிரமத்தில் இருக்கிறார். சொந்த வாழ்வின் இன்னல்களும் நிறைய.

ஆசிரியர் மோரி சொல்லாமல் புரிந்துகொள்கிறார். பாடங்கள் தொடர்கின்றன. ஒவ்வொரு செவ்வாய்கிழமையும் அவரைப் பார்க்க மளிகை சாமான்களுடன் செல்வது வாடிக்கையானது. மோரியால் எதையும் சாப்பிட முடியாத நிலை. மூச்சு விடவும் சங்கடம். அனைத்து வெளியேற்றங்களும் பிறர் உதவியுடன்தான். ஆனால் அவர் மனம் கூர்மைப்பட்டிருந்தது. நகைச்சுவை உணர்வு பெருகியிருந்தது.

மரணத்தை எதிர்கொள்ளக் கற்றுக்கொண்டால் வாழ்க்கையை எதிர் கொண்டுவிடலாம் என்கிறார் ஆசிரியர்.

ஒவ்வொரு செவ்வாயும் ஒவ்வொரு தலைப்பில் பேசுகிறார் ஆசிரியர். பெரும் தத்துவ போதனையாக மாற வேண்டிய உரை அன்பில் ஒழுகி எளிய வாக்கியங்களாக விழுகின்றன.

தன் தம்பியின் உறவைத் தொலைத்த காயம், தன் விருப்பத்துக்கும்தான் செய்யும் தொழிலுக்கும் உள்ள முரண்பாடு, குடும்ப பாரம் பற்றிய பயம், பொருளாதார நெருக்கடி என அனைத்துக்கும் விடை காண்கிறார் மாணவர்.

கடந்த காலத்தின் கசப்பு, வயதாகுதல், மரணம், மன்னிப்பு, காதல், திருமணம், பிள்ளைகள், குடும்பம், உணர்வுகள், பணம், கலாசாரம் என அனைத்தையும் தொட்டுப் பேசுகிறார். ஒவ்வொரு நாள் ஒவ்வொரு

விஷயம் என்று. கொஞ்சம் வார்த்தைகளுடன் நிறைய அன்பும் கண்ணீருமாக உரையாற்றுகிறார் ஆசிரியர்.

தன் காலத்தில் ஆடலும் பாடலும் சிரிப்பும் துடிப்புமாய் இருந்த ஆசிரியர் மரணப்படுக்கையில் சிறிது சிறிதாக இறப்பதைப் பார்க்கிறார் மிட்ச்.

தன் வாழ்க்கையையும் தன்னையும் வெளியே இருந்து பார்க்க உதவி செய்த நோய்க்கும் தனிமைக்கும் நன்றி சொல்கிறார். எல்லா துக்கங் களையும் கோபங்களையும் கடந்து சம நிலைக்கு வந்து எல்லாம் அன்பே என்கிறார்.

அன்பு மனிதனைப் பதமாக்குகிறது. பக்குவப்படுத்துகிறது. மனிதர் களை அவர்கள் பிழைகளையும் பொறுத்து நேசிக்க வைக்கிறது. பிறரைப் புரிந்து கொள்ளவைக்கிறது.

சாகும் தருவாயில், ''இன்னும் ஒரு நாள் இருந்தால் என்ன செய்ய பிரியப்படுகிறீர்கள்?'' எனும் போது ஒரு சாமானியனின் நிறைவான தினசரி வாழ்வு நிகழ்ச்சியைப் பட்டியலிடுகிறார். இப்போது ஆசிரியர் சொல்லாமலே பல விஷயங்கள் மாணவனுக்குப் புரிகிறது. இழத்தல் தான் ஒரு பொருளின் மதிப்பை உணர்த்துகிறது!

மரணம் மனிதர்களைத்தான் பறிக்கும். உறவுகளை வளர்க்கும். மனிதர்களைப் புரிந்துகொள்ள மரணத்தைப் படிக்கவேண்டும்.

இந்து, பௌத்த தாக்கம் மோரியிடம் தெரிகிறது. பற்றற்று வாழும் நிலை பற்றிக் கூறுகையில் மரணம் ஒரு மனிதனின் மனத்தை எப்படித் திறக்கிறது என்று யோசிக்கவைக்கிறது. கடைசியில் அந்த ஆசிரியர் அமரராகிறார். வந்த மாணவர் சிறந்த மனிதர் ஆக முயற்சிக்கிறார்.

வாழ்க்கை ஒரு ஆசான். மரணம் பேராசான். மரணம் பற்றி இப்படி ஒரு விரிவான புத்தகத்தை மிட்ச் உயிர்ப்புடன் எழுதியிருக்கிறார். படிக்கையில் உங்கள் ஆசிரியர் நினைவுகளும் உங்கள் பிரியமுள்ளோர் மரணங்களின் நினைவுகளும் உங்களைத் தாக்கும். உங்கள் மனத்தின் ஈரப்பதத்தைப் பரிசோதிக்கும் இந்தப் புத்தகம் உங்களைச் சற்று மாற்றிப்போடும் என்றால் மிகையில்லை.

37

சந்தோஷத்தை விலைக்கு வாங்கலாம்

Happy Money
Elizabeth Dunn

''பணத்தால் நிம்மதியை வாங்க முடியாது. பணம் வந்தால் நிம்மதி போய்விடும்'' என்ற சினிமா வசனம் நிறையக் கேட்டிருக்கிறோம். அதுவும் பணக்கார நடிகர்கள்தான் அதிகம் பேசியிருக்கிறார்கள்.

பணம் வந்தால் வாழ்க்கை தறி கெட்டுவிடும் என்ற எண்ணம் மத்திய தரக் குடும்பங்களில் விதைக்கப் பட்டுள்ளது. அந்தக் காலத்தில் ''பணமா பாசமா'' என்று ஒரு படமே வந்தது. வில்லன்கள்தான் பணக்காரர்களாக இருந்தார்கள் (அவர்களின் அழகான மகள்கள் ஏழை நாயகர்களைத்தான் காதலிப்பார்கள்; அது வேறு விஷயம்!).

பணக்காரர்கள் தவறான வழியில் பணம் சேர்ப்பார்கள். நல்லவர்களின் குடும்பங்களைப் பிரிப்பார்கள். பணத்துக்காக எதையும் செய்வார்கள். இதுதான் நம் படங்கள் சொல்லி வந்தவை.

பணம், குணம், நிம்மதி, சந்தோஷம் அனைத்தும் எளிதில் பொதுமைப்படுத்த முடியாத விஷயங்கள் என்று காலப் போக்கில் புரிகிறது. கிட்டத்தட்ட எல்லோரும் பணம் சம்பாதிக்கவே வாழ்க்கையில் பெரும் காலம் செலவு

செய்கிறார்கள். பணம் வந்தால் சந்தோஷம் என்பதைவிடப் பணம் சம்பாதிக்காவிட்டால் சோகம் என்று புரிந்து வைத்திருக்கிறோம். ஆனால், பணம் சம்பாதிக்க சம்பாதிக்க சந்தோஷங்கள் அதிகமாவ தில்லை என்று தெரிகிறது. மாறாகக் குறையவும் செய்கிறது. எது சந்தோஷம் எனும் தேடலில் வாழ்க்கை முடிகிறது.

சம்பாதிப்பது எவ்வளவு இருந்தாலும் அதை நீங்கள் செலவு செய்யும் வழியில்தான் சந்தோஷம் இருக்கிறது என்று பின் அட்டையில் படித்த போது இந்தப் புத்தகம் வாங்கலாம் என்று முடிவு செய்தேன். Happy Money எனும் புத்தகத்தை வாங்கியது இப்படித்தான்.

எலிசபத் டன் - மைக்கேல் நார்ட்டன் எழுதிய புத்தகம். முன்னவர் சமூக உளவியல் பேராசிரியர். பின்னவர் நிர்வாகப் பேராசிரியர். இருவரும் பல ஆய்வுகளை மேற்கொண்டும் மேற்கோள்கள் காட்டியும் எழுதியுள்ள புத்தகம். இருவரும் ஏமாற்றவில்லை.

ஐந்து விஷயங்களைத் தெளிவாகச் சொல்கிறார்கள்.

ஒன்று, பொருட்களைவிட அனுபவங்களுக்குச் செலவு செய்யுங்கள். சொந்த வீடு வைத்திருப்பவர்களைவிட இல்லாதவர்கள் சந்தோஷமாக இருக்கிறார்கள் (அதே பொருளாதாரத் தட்டில்) என்கிறார்கள். வீடு கட்டுவதற்குள் குணம் கெட்டுவிடும். ஆசையாகத் தோன்றிய வீட்டில் கட்டி முடிந்த பின் ஆயிரம் கோளாறு தெரியும். இதுபோலத்தான் எல்லாப் பொருட்களும். வாங்கும்போது கவர்ச்சியாகத் தெரியும் எதுவும் மிக விரைவிலேயே வீணாகக் கிடக்கும். குறைந்தபட்சம் அந்த சந்தோஷமும் கவர்ச்சியும் விலகிப் போகும். ஆனால் அனுபவங்கள் அப்படி அல்ல. இமய மலைப் பயணமோ, இசை ஞானி நிகழ்ச்சியோ, தொலைகாட்சி நிகழ்ச்சி பங்கெடுப்போ, கூட்டுப் பிரார்த்தனையோ, ஆழ் கடல் குளியலோ இதற்குச் செலவு செய்பவை நீண்ட காலம் நினைவில் நிற்கும் என்கிறார்கள். அடுத்த முறை மகனுக்கு எலக்ட்ரானிக் கருவி வாங்குவதற்குப் பதில் ஒரு அடர்ந்த காட்டுக்கு சுற்றுலா அழைத்துச் செல்லுங்கள். அது அதிக மகிழ்ச்சி தரும்.

இரண்டு, எதையும் ''ஸ்பெஷல்'' என்று நினைத்துச் செய்தால் அது மகிழ்ச்சியை அளிக்கும். திருவாரூர்காரர்கள் தேர் பார்க்க மாட்டார்கள். ''இங்க தானே இருக்கு?'' என்கிற மனோபாவம். நம் வாழ்க்கையில் உள்ள பல ஸ்பெஷல் விஷயங்களை மிகச் சாதாரணமாக எடுத்துக் கொள்கிறோம்- அது எளிதாகக் கிடைப்பதால். காபியை எப்போதாவது குடித்தால் மிகவும் ருசியாக இருக்கும். சில தட்டுப்பாடுகளும் தடைகளும் நம் அனுபவங்களை அதிகம் இனிக்க வைக்கின்றன. ''குறுகிய கால விற்பனை'' என்பதன் தந்திரம் இதுதான்.

அமெரிக்காவிலிருந்து வந்திருக்கா, 10 நாள்தான் இருப்பா என்றால் ஓடிப் போய் இரவு முழுவதும் பேசுவோம். இங்குள்ள உறவுக்காரரை என்றாவது நிதானமாகப் பார்க்கலாம் என்று வருடக்கணக்கில் தள்ளிப் போடுவோம். இந்த ப்ரீமியம் தன்மைதான் சந்தோஷத்தைக் கொடுக்கும்.

''ஒரு அதிரசம்தான் இருக்கு. எல்லாம் தீர்ந்துடுச்சு. இந்தா நீ சாப்பிடு!'' எனும்போது அந்த அதிரசம் அதிகம் இனிக்கிறது.

அதனால், எதையும் ''ஸ்பெஷல்'' ஆக்கப் பாருங்கள்.

மூன்று, நேர சேமிப்புக்குச் செலவு செய்யுங்கள். பணச் சேமிப்பைவிட இது அதிக மகிழ்ச்சியைத் தரும்.

''சார், நீங்கள் வரிசையில் நிற்கவேண்டாம். நான் பார்த்துக் கொள்கிறேன்'' என்று சொல்பவர் சற்று அதிகம் வாங்கினாலும் கொடுத்துவிடுகிறோம்.

அதுவும் நாம் செய்யப் பிடிக்காத விஷயங்களில் நேரம் போவதென்றால் அதைச் சேமிக்கும் எந்தப் பொருளையும் / சேவையையும் நாம் மகிழ்ச்சியாகச் செலவு செய்து வாங்குவோம்.

நீங்கள் பல் தேய்க்கும் நேரத்தில் ஸ்டாக் மார்க்கெட் செய்தி பார்க்கலாம். உங்கள் பற்களை நாங்கள் தேய்த்துவிடுகிறோம் என்று சொல்லும் காலங்கள் வரலாம்!

நான்கு, முதலில் பணம் கொடுங்கள்; பின்னர் பொருட்கள் வாங்குங்கள்.

இது இன்றைய நடைமுறைக்கு நேர் மாறானது. இப்போது பொருள் வாங்கி அனுபவித்துவிட்டுப் பின் பணம் கட்டுகிறோம். கிரெடிட் கார்ட், ஈ. எம். ஐ கலாசாரம் அப்படிச் செய்து விட்டது. அதனால் ஆசையுடன் வாங்கி அனுபவித்து விட்டு, பின் கவர்ச்சி இழந்து திட்டிக் கொண்டே காசு கொடுக்கிறோம்.

முன்பு பணம் கட்டிக் காத்திருப்பார்கள். அப்போது பொருளின் அருமை தெரிந்தது என்கிறார். பணம் கட்டிவிட்டால் அதற்குக் காத்திருக்க ஆரம்பிப்போம் என்கிறார். இன்றும் புல்லட் வண்டியின் மவுசு இதனால் தான்.

ஐந்து, பிற மனிதர்களுக்குச் செய்யும் செலவுதான் நிஜமான சந்தோஷம் கொடுக்கிறது.

பில் கேட்ஸூம் வாரன் ப்ஃபெட்டும் தன் 99% சொத்தை தானமாக கொடுத்ததைத்தான் உண்மையான சந்தோஷம் என்கிறார்கள். வாரன் பஃபே முகத்தில் அப்படி ஒரு தேஜஸைப் பார்க்கலாம்.

குழந்தைகளுக்கு, பெற்றோர்களுக்கு, உறவுக்காரர்களுக்கு, சமூகப் பணிகளுக்கு எனத் தனக்கில்லாமல் செய்யும் ஒவ்வொரு செலவும் மனத்துக்குத் திருப்தியானவை என்கிறார்கள்.

இன்று பல தொழிலகங்களில் தங்கள் பணியாளரை இப்படி சி.எஸ்.ஆர் போன்ற காரியங்களில் ஈடுபடுத்துவது அவர்களை மகிழ்ச்சிப்படுத்தத் தான் என்று ஆராய்ச்சிக் குறிப்புகளோடு சொல்கிறார்கள்.

மொத்தத்தில் புத்தகம் தரும் முக்கிய பாடம்: சந்தோஷத்தை விலைக்கு வாங்கலாம். பொருட்களாக அல்ல. அனுபவங்களாக. அந்த மகிழ்ச்சியே நீடித்து நிற்கும்!

38

சந்தைக்குப் போகும் வழி

The Marketing White Book 2014-15

Business world - Year Book

ஒரு வெள்ளை அறிக்கை என்றால் புள்ளிவிவரங்கள் இருக்கும். வரவிருக்கும் போக்குகள் பற்றிச் சுருக்கமாக விவரிப்பார்கள். வாக்கியங்கள் குறைவாகவும் எண்கள் அதிகமாகவும் இருக்கும். மொத்தத்தில் துறை சார்ந்த ஆராய்ச்சியாளர்கள் மட்டும்தான் வாங்கிச் சேகரிப்பார்கள்.

ஆனால், வெள்ளை அறிக்கைகள் என்றால் எனக்குக் கொள்ளை பிரியம். அதுவும் மார்க்கெட்டிங் பற்றிய வெள்ளை அறிக்கைகள் எனக்குச் சமூகவியல் பாடம் போல சுவாரசியமாகத் தோன்றும். அந்த நம்பிக்கையில் வாங்கிய புத்தகம்தான் The Marketing White book 2014-15. பிசினஸ் வேர்ல்ட் வருடா வருடம் வெளியிடும் பதிப்பு தான்.

வண்ணக் கோர்வையாய் வெளிவந்துள்ள இந்தப் புத்தகம் சுவையாகவும் பயனுள்ளதாகவும் இருக்கும் என நம்பி வாங்கினேன். நம்பிக்கை பொய்க்கவில்லை.

நான்கு பகுதிகள். இந்திய சந்தை வெளி, தலைமுறைகளைப் படித்தல், போக்குகளும் தடங்களும் மற்றும் அவசியத் தொடர்புகள் என அழகாகப் பிரிக்கப்பட்டு ஒவ்வொன்றும் சிறு சிறு பகுதிகளாகக் கொடுக்கப்பட்டுள்ளன.

இந்திய பொருளாதாரமும் சந்தை நிலவரமும் 2013-14 ல் சொல்லிக் கொள்வதுபோல இல்லை. ஜி.டி.பி. 4.9% என சார்ட்டில் குட்டையாக நிற்கிறது. இன்ன பிற எண்களும் திருப்தியாக இல்லை. முதல் அத்தியாயமே சொல்கிறது ஏறுமுகம்தான்; ஆனால் கடினமான பயணம் என்று. இந்த ஐந்து ஆண்டுகள் அரசு செய்யும் பல முக்கிய முடிவுகள்தான் சந்தையை நிர்ணயிக்கும் என்று முடிகிறது கட்டுரை.

கிரெடிட் மற்றும் டெபிட் கார்டுகளின் புழக்கம், மின்னணு மூலம் பணப் புழக்கம் என மாறும் இந்தியாவின் பணப்போக்குவரத்தைப் படம் பிடிக்கிறது அடுத்த கட்டுரை.

இந்தியக் குடும்பங்கள் பற்றி வெளிவந்ததையே தனிக்கட்டுரையாகச் செய்யலாம். கொடுத்த காசுக்கு இந்த ஒரு அத்தியாயம் போதும். நம் தேசம் 68% கிராமங்களில் வாழ்கிறது. வளர்ந்த குழந்தைகளுடன் தனிக் குடும்பங்கள் எண்ணிக்கைதான் பெருகி வருகிறது. கூட்டுக் குடும்பங்கள் வடக்கில் 35.3% இருக்க, தெற்கில் 17.9% ஆகத் தேய்ந்து இருக்கிறது. தன் சம்பளத்தில் தனியாக வாழ்வோர் எண்ணிக்கை தெற்கில் 6.6%, வடக்கில் 2.8% மட்டுமே.

மாத வருமானப் புள்ளி விவரங்கள் பல நாவல்களுக்கான செய்திகள் கொண்டவை. ரூ.18,000க்கும் குறைவான மாத வருமானத்தில் வாழ்பவர் 87.09%. ரூ.18,001- ரூ.1,00,000 மாத வருமானம் கொண்டவர்கள் 11.21%. ரூ. 1,00,001 முதல் ரூ. 5,00,000 முதல் மாத வருமானம் கொண்டோர் எண்ணிக்கை 0.14% மட்டுமே.

0.00001% மக்கள்தான் 99.9999 மக்களின் எதிர்காலத்தை நிர்ணயிக்கிறார்கள் என்பது சந்தைச் செய்தி மட்டுமல்ல. ஒரு சமூகவியல் உண்மையும் கூட.

வீட்டு உபயோகப் பொருட்களில் அதிக இந்திய குடும்பங்கள் வாங்கிப் புழங்கும் பொருள் எது? மொபைல் போன்ற தனி நபர் பொருட்கள் அல்ல. வீட்டு உபயோகப் பொருள்..! உங்கள் பதிலைப் பத்திரமாக நினைவில் வைத்துக் கொள்ளுங்கள். பரிசு உண்டு. விடை பின்னால் வருகிறது.

வேலைக்குச் செல்லும் பெண்களின் எண்ணிக்கையில் புதுச்சேரிக்குத்தான் முதலிடம். 32.6% அகில இந்திய எண்ணிக்கை வெறும் 13.7% தான். இண்டெர்னெட் பயன்பாடு 8% மக்களிடம் மட்டுமே. அதில் 4.5% பெண்கள் எனும் தகவல் நிறைய யோசிக்க வைக்கிறது.

வெளியே உண்ணும் பழக்கமும், வெளி உணவை வீட்டில் வாங்கி உண்ணும் பழக்கமும் பெருகிவருகிறது- வயது வித்தியாசம்

இல்லாமல். தெரிந்த இடத்துக்குப் போவதும், நண்பர்கள் சிபாரிசில் இடத்தைத் தேர்வைச் செய்வதும்தான் முக்கிய அம்சங்கள்.

அதி பணக்காரர்கள் சொகுசு செலவுகள் எங்கெங்கு எப்படியெப்படிச் செய்கிறார்கள் என்று பார்த்தால் 43% ஆபரணங்களில்தான் எனத் தெரிகிறது. அடுத்து வருவது விலை உயர்ந்த மொபைல்கள்தான். சுற்றுலாச் செலவுகளும் கணிசமாக உயர்ந்துள்ளது. அயல் நாட்டுச் சுற்றுலா மையங்களில் அதிகம் தேர்ந்தெடுக்கப்படுபவை ஐரோப்பாவும் நியூசிலாந்தும்தான். சொகுசு வீட்டில் என்னென்ன செலவுகள் செய்கிறார்கள்? நீச்சல் குளம், மினி தியேட்டர், ஜிம், ஸ்பா இத்யாதி இத்யாதி...!

சில்லறை வணிகம் பற்றிக் கூறுகையில் 2012ல் 93% பாரம்பரிய சில்லறை வணிகமும், 6.9% கார்ப்பரேட் சில்லறை வணிகமும், 0.1% ஆன்லைன் சில்லறை வணிகமும் உள்ளன என்று புள்ளிவிவரம் கூறுகிறது. இது 2021ல் 80% பாரம்பரிய சில்லறை வணிகமும், 14.7% கார்ப்பரேட் சில்லறை வணிகமும், 5.3% ஆன்லைன் சில்லறை வணிகமும் என மாறும் என்று கணிக்கிறார்கள்!

ஃபேஸ்புக் பயன்பாடு நான்கு ஆண்டுகளில் 7 மடங்கு பெருகியுள்ளது. 71 மில்லியன் இருக்கிறார்கள். ஆன்லைனில் ரயில் டிக்கெட் பதிவு செய்வது 6 மடங்கு பெருகியுள்ளது. தற்போது 116 மில்லியன் மக்கள் ஆன்லைனில் பதிவு செய்கிறார்கள். வருமான வரியை ஆன்லைனில் கட்டுபவர்கள் 16 மில்லியன். 4 ஆண்டுகளில் 8 மடங்கு வளர்ச்சி.

ஸ்மார்ட் ஃபோன் பயன்பாடு தற்போது 40 மில்லியன் என்றால் 2020ல் 4,50 மில்லியன் ஆகும் என்கிறார்கள்.

ஆன்லைனில் என்னென்ன வாங்குகிறார்கள்? எலக்டரானிக் பொருள்கள் 30% ஆடைகள் மற்றும் வாழ்வுமுறை சார்ந்த பொருட்கள் 30%, புத்தகங்கள், இசை, வீடியோக்கள் 15% என்கிறது.

பெட்டிக்கடைக்காரர்கள் முதல் பன்னாட்டு நிறுவனங்களின் சந்தை - விற்பனைத்துறை இயக்குனர்கள் வரை அனைவருக்கும் தேவையான தகவல்கள் கொண்ட இந்தப் புத்தகத்தை அரைகுறையாக விமர்சிப்பது அநீதி. அதனால் அடுத்த அத்தியாயத்திலும் இந்தப் புத்தகம் தொடரும்.

இந்திய குடும்பங்களில் அதிகம் புழங்கப்படும் பொருள் என்ன என்று கேட்டிருந்தேன். ஒரு சின்ன க்ளூ... சூப்பர் ஸ்டாரின் அண்ணாமலை படத்தில்தான் அந்த விடை இருக்கிறது!

இந்திய குடும்பங்களில் அதிகம் உள்ள அண்ணாமலை அய்ட்டம் சைக்கிள்! 50.5% குடும்பங்களில் உள்ளதாம். (சரியாக ஊகித்த

வாசகர்கள் அனைவருக்கும் அண்ணாமலை படம் மீண்டும் ரிலீஸ் ஆகும்போது இரண்டு டிக்கெட்கள் அனுப்பப்படும்.)

அடுத்து, 34% வீடுகளில் இருப்பது மிக்ஸி, கிரைண்டர் மற்றும் ஃபுட் ப்ராசஸர்கள். அதற்கடுத்து 29.4% வீடுகளில் இருப்பது வி.சி.டி/ டி.வி.டி பிளேயர்கள். அடுத்த இடத்தில் வரும் சொத்து கவனிக்கத்தக்கது. 23.5% வீடுகளுக்குச் சொந்தமான விவசாய நிலங்கள் உள்ளன.

கல்விச் சந்தையின் புள்ளி விவரங்கள் திடுக்கிட வைக்கின்றன. 37% மாணவர்கள் கலை, அறிவியல் கல்லூரிகளில் படிக்கிறார்கள். ஆனால் இதில் தனியார் பங்கு 0.7% மட்டுமே. 16% மாணவர்கள் படிக்கும் பொறியியல் - தொழில் நுட்பக்கல்லூரிகளில் தனியாரின் பங்கு 82%!

அதேபோல, பெரிதும் வணிகமயமாக்கப்பட்ட உயர் கல்வி சந்தையின் மிகப் பெரிய பிரச்னை ஆசிரியர் பற்றாக்குறைதான். நம் தேவையில் பாதிதான் கிடைக்கிறது. ஆசிரியர் தரம் பற்றியெல்லாம் பேசும் நிலையிலேயே நாம் இல்லை என்பது தெளிவாகத் தெரிகிறது.

ஊடகம் பற்றிய அத்தியாயம் சத்தானதாக இருந்தது. 2011ல் ரூ 72,800 கோடியில் புழங்கிய அந்தத்துறை 2013ல் ரூ. 92,000 கோடிக்கு வளர்ந்துள்ளது. 2017ல் ரூ 1,66,100 கோடி வியாபாரம் தொடும் என்கிறது கணிப்பு.

பிராந்திய ஊடகங்களின் வளர்ச்சியும், டிஜிட்டல்மயமாக்கலும் சந்தையை விரிவுபடுத்தும் எனத் தெரிகிறது. தொலைகாட்சிதான் ஊடகங்களிலேயே லாபம் கொழிப்பவை. ரேடியோ மூன்றாம் கட்ட லைசன்ஸுக்குப் பின் இன்னொரு குதிரைப் பாய்ச்சல் பாயலாம் என்கிறார்கள்.

இந்தி கோலோச்சினாலும், பிராந்திய சேனல்களில் தமிழ்தான் முதலிடம். பின்தான் தெலுங்கும் மராட்டியும். முதலில் பொழுது போக்கு சேனல்கள், பின் திரைப்படச் சேனல்கள், பின்னரே செய்திச் சேனல்கள் என இந்தி மற்றும் பிராந்திய சேனல்களின் ஒரே போன்ற போக்கு சிந்திக்க வைக்கிறது.

சரி, விஜயகாந்த் ஒரு காலத்தில் புள்ளி விவரம் பேசியதுபோல நிறையப் பேசியாயிற்று. அது மட்டும்தானா இந்தப் புத்தகம்? கிட்டத்தட்ட நூறு பக்கங்களுக்கு விற்பனை சார்ந்த பிரமுகர்களின் கட்டுரைகள் பல புதிய செய்திகளையும் சிந்தனைகளையும் நமக்கு அளிக்கின்றன. குறிப்பாக அம்பி பரமேஸ்வரனின் ‘தலைமுறைகள்’ பற்றிய கட்டுரையையும், அனக் தேசாயின் ‘டிஜிட்டல் மார்க்கெடிங்’ பற்றிய கட்டுரையையும் சொல்லலாம்.

உங்கள் எல்லா வியாபார முடிவுகளுக்கும் இந்தப் புத்தகம் ஏதோ ஒரு வகையில் கண்டிப்பாக உதவும். புத்தகத்தை மூடி வைத்து அசை போட்டதில் மனதில் நின்றவை எவை எனப் பட்டியல் இட்டேன். அவை இதோ:

1. தலைமுறை இடைவெளி சுமார் ஏழு வயது என குறைந்து விட்டது. அதனால் 24 வயது பையனும் 31 வயது அண்ணனும் ஒத்துப் போவதுகூடச் சிரமம்.

2. சிறிது சிறிதாக ஏகப்பட்ட பிளவுகள் கொண்ட இந்திய சந்தையில் ஒவ்வொரு பிரிவுக்கும் சிறப்புப் பொருட்களும் சந்தைகளும் கொண்டு வரலாம். ஆனால் உயர், மத்திய, கீழ் என விலை சார்ந்த சந்தையாகவேதான் பெரும்பாலான வியாபாரிகள் பார்க்கிறார்கள். இதனால் இழந்த சந்தை மதிப்பு மிக மிக அதிகம்.

3. கிளர்ச்சியூட்டும் இளமை முத்திரை உள்ள பொருட்களை எல்லா வயதினரும் வாங்குகிறார்கள். ஹார்லே டேடிட்சன் பைக்கும், ரெட் புல் பானமும் சிறந்த உதாரணங்கள்.

4. வாடிக்கையாளர் விசுவாசம்தான் நிறுவனங்களின் ஒரே தாரக மந்திரம். வயதானவர்கள் இளைஞர்களைவிட சந்தேகம் கொண்டவர் களாகவும் விசுவாசம் குறைந்தவர்களாகவும் இருக்கிறார்கள். தொடர்ந்து விசுவாசம் வளர்க்க நிறுவனங்கள் இனி அதிகச் செலவு செய்யவேண்டும்.

5. ஆன்லைன் வர்த்தகம் இனி மொபைலில் நடக்கும். அதனால் கோடிக்கணக்கான தகவல்கள் உருவாகும். இது ஒரு பெரும் சந்தை வாய்ப்பு.

6. சமூக வலைதளங்களில் எல்லா பெரும் நிறுவனங்களும் முதலீடுகள் செய்ய ஆரம்பித்தாயிற்று. உங்கள் பாதச்சுவடுகள் சமூக வலை தளங்களில் எவ்வளவு உள்ளன என்பதை வைத்துப் பல ஆராய்ச்சிகள் நடக்கின்றன. வியாபாரங்கள் நடக்கின்றன.

7. ரயில் டிக்கெட் வாங்குதல், ஸ்கைப்பில் பேச்சு, ஃபேஸ்புக்கில் படங்கள் போடுதல் என வயதானவர்கள் கிட்டத்தட்ட முழுதாக டிஜிட்டல் உலகுக்கு வந்து விட்டார்கள்.

8. மொபைலில் புது ஆப் டவுன்லோடு செய்தல், லின்கிட்-இன் அக்கவுண்ட், எல்லா பணப்புழக்கமும் போனில் என இருபதுகள் அடுத்த கட்டத்தில் இருக்கிறார்கள்.

9. 63% இந்தியர்கள் இளைஞர்கள் என்று அவர்களைப் பிடிக்கும் அவசரத்தில் கையில் பணம் வைத்திருக்கும் முதியவர்கள் மீது சந்தை அதிகம் கவனம் செலுத்தவில்லை.

10. டிஜிட்டல் வழி வணிகம் வந்தும் வாடிக்கையாளர் சேவை பெரிதும் முன்னேறவில்லை.

வாடிக்கையாளர் இழப்பு அதிகம் நடப்பது மோசமான வாடிக்கையாளர் சேவையில்தான்.

''என் டிக்கெட்டில் உணவு புக் ஆகியிருக்கிறதா என்று பார்த்துச் சொல்லுங்கள்?'' என்று விமானப் பணிப்பெண்ணிடம் கேட்டேன். ஒரு செயற்கை சிரிப்புடன் சொன்னாள்: ''அதை நீங்கள் கிரவுண்ட் ஸ்டாஃபிடம்தான் கேட்கணும்!'' வண்டியைத் திருப்பச் சொல்லலாமா என்று ஒரு கணம் யோசித்தேன்!

அதேபோல எந்தப் பெரிய விடுதியில் தங்கினாலும் செக் அவுட் நேரத்தை எவ்வளவு முன்னர் சொன்னாலும் நாம் ரிசப்சஷனில் நின்றதும்தான் அவர்கள் கடமைகளைத் துவங்குவர்.

ஏன் எல்லா வங்கி ஆசாமிகளும் இன்சூரன்ஸ் பேர்வழிகளும் பேசும் வார்த்தைகளும் கொடுக்கும் தாள்களும் கடைசி வரை புரிவதில்லை?

எல்லா இடங்களிலும் தொழில்நுட்பம் முன்னேறிவிட்டன. ஆனால் அதன் மூலம் கிடைக்கும் தகவல்களும் புரிதல்களும் வாடிக்கையாளர் நலனுக்கு முழுதாகச் செல்வதில்லை.

அதை முழுவதுமாக ரசவாதம் செய்து மாற்றத் தெரிந்த வியாபாரிகள் மட்டும்தான் நீண்ட நாட்கள் செழிப்பார்கள் என்பது தெளிவாகத் தெரிகிறது!

39

கடவுள் வாங்கிலியோ கடவுள் கடவுள்...!

For God's Sake

An Adman on the business of religion

Ambi Parameswaran

மேக்ஸ் வெப்பர் எனும் சமூகவியல் மேதை ''அறிவியல் வளர்ச்சியும் பொருளாதார முன்னேற்றமும் ஏற்பட ஏற்பட உலகில் கடவுள் நம்பிக்கை பெருமளவு குறையும்'' என்றார். மாறாகக் கடவுள் நம்பிக்கையும் அதைச் சார்ந்த வாழ்வியல், வியாபாரக்கூறுகளும் அதிகரித்துள்ளன என்கிறார் அம்பி பரமேஸ்வரன்.

For God's Sake – An Adman on the business of religion என்ற அவரின் புத்தகம் இதை ரசமாகப் படம் போட்டுக் காட்டுகிறது. நுகர்வோர் உளவியல் பற்றி இந்திய ஆசிரியர்கள் எழுதியுள்ள புத்தகங்கள் குறைவு. அதிலும் தமிழ் நாட்டைச் சேர்ந்த ஒரு அனுபவஸ்தர் எழுதியுள்ள தால் இரண்டாம் சிந்தனை இல்லாமல் உடனே வாங்கினேன்.

தன் 35 வருட விளம்பர உலக அனுபவத்தின் மூலமாக இந்திய வியாபார நிறுவனங்களையும், இந்திய நுகர்வோர் களையும் சுவாரசியமாக அலசுகிறார். ஒரு பக்கம்கூட அலுப்புத் தட்டாத அளவுக்கு, ஒரு நாவல் படிக்கும்

மனநிலைக்கு வாசகனைக் கொண்டுவந்து கடைசி வரை தன் வசம் வைத்திருக்கும் இவரின் அபார நடை குறிப்பிடத்தக்கது.

தன் பி.ஹெச்.டிக்காகத் திரட்டிய விஷயங்களைப் புத்தகமாக்கியதால், வெறும் அபிப்பிராயங்களாக இல்லாமல் புள்ளிவிவரக் குறிப்புகளுடன் ஆராய்ச்சிச் சுருக்கங்கள் சார்ந்த கருத்துக்களாக இருப்பதால் ஒரு நம்பகத்தன்மை தெரிகிறது.

ஆதாரச் செய்தி ஒன்றுதான். இந்தியன் ஒரு பக்கம் நவீனம் ஆக ஆக இன்னொரு பக்கம் மதம் சார்ந்த நம்பிக்கைகளை முன்பைவிடத் தூக்கிப் பிடிக்க ஆரம்பித்துள்ளான். இந்த முரண்பாடான வளர்ச்சி ஒரு சந்தை வாய்ப்பு. இதை எல்லா நிறுவனங்களும் பயன்படுத்திக் கொள்ளலாம்

எவ்வளவு பெரிய வண்டி வாங்கினாலும் பிள்ளையார் கோயில் முன் பூஜை உண்டு. ஸ்கிரீன் சேவர்களிலும் அதிகமுள்ள கடவுள் விநாயகர் தான்!

திருப்பதி பாலாஜிதான் இந்திய கடவுள்களில் வசூல் ராஜா. அடுத்தது வைஷ்ணவோ தேவி. பின் சபரி மலை. எல்லா கோயில் பிரசாதங் களையும் ஆன்லைன் மூலம் பெறும் வசதிகளும் வந்துள்ளன. திருப்பதியில் வழிக்கப்படும் தலை முடி அனைத்தும் ஐரோப்பிய நாடுகளில் ''விக்'' தயாரிப்புக்கு விற்கப்படுகின்றன. அதுவும் ஈ-ஆக்சன் எனும் வலைதள ஏலத்தில் சென்ற ஆண்டு 133 கோடி ரூபாய் வருமானம் ஈட்டப்பட்டது.

இது தவிர விசா பாலாஜி கோயில் என ஹைதராபாத் அருகில் ஒரு கோயில் உள்ளதாம். விசா கிடைக்க வேண்டினால் விசா உறுதி என அப்ளிகேஷனும் கையுமாக ஒரே கூட்டம்!

இந்தியர்களுக்கு சுற்றுலா என்றால் அது பெரும்பாலும் கோயில் குளம்தான் என்பதால் புனிதச் சுற்றுலா இன்னும் விஸ்வரூப மெடுக்கும். இது மலை ஏறல் போன்ற அட்வென்சர் சமாச்சாரங் களுடன், நகர மால்களின் சுற்றுகளுடன் சேர்ந்து ஒரு பேக்கேஜிங்கில் வரலாம்!

உலகிலேயே அதிக மக்கள் பங்கு கொள்ளும் மகா உற்சவம் கும்பமேளா. இதைப் பற்றி ஹார்வர்ட் நிர்வாகப் பள்ளி ஒரு ஆராய்ச்சிக் கட்டுரை வெளியிட்டுள்ளது. இதை முறைப்படுத்திச் செய்தால் எவ்வளவு சந்தைப்படுத்தலாம் என்று அதில் விளக்குகிறது. ஒரு நகரையே இதற்காக உருவாக்கிக் கலைக்கலாம் எனத் தெரிகிறது. ஹெலிகாப்டர் தர்ஷன் எல்லாம் வைக்கலாம் என டைரக்டர் ஷங்கர் ரேஞ்சுக்கு யோசித்திருக்கிறார்கள்.

அக்ஷய திருதி என்று யாரோ ஒரு புத்திசாலி நகைக்கடைக்காரர் கண்டுபிடிக்க அது மக்களை வரிசையில் நின்று தங்கம் வாங்க வைக்கிறது. அதுபோல விற்பனைக்கு மந்தமான ஆடி, மார்கழி மாதங்களில் ஆடித்தள்ளுபடி, மார்கழி இசை விழா எனத் தமிழர்கள் புத்திசாலித்தனமாக வியாபாரம் செய்கிறார்கள் என்கிறார்.

இந்தியாவின் 80% மக்கள் இந்து மதம் என்பதால் பெரும்பாலான விற்பனை உத்திகளும் இந்துக்களை நோக்கியுள்ளன என்கிறார் அம்பி. வீடுகளில் வாஸ்து, கல்யாணத்துக்கு முன் மணப்பொருத்தத்துக்கு ஜோதிடம், அசுப காரியங்கள் நடந்தால் ஹோமங்கள் என எல்லாம் பெரிதும் இந்து வணிகமே நடக்கிறது என்கிறார்.

அதுபோல நம் ஊரில் சைக்கியாட்ரி ஏன் பெரிதாகப் போணியாக வில்லை என்று அம்பி கூறுவதில் உண்மை இல்லாமல் இல்லை. அவர்கள் வேலையை கார்ப்பரேட் சாமியார்கள் எடுத்துக் கொண்டு விட்டார்கள். அதுபோல யோகா, ஆயுர்வேதா போன்றவையும் பக்தி சந்தையின் விரிவாக்கங்கள்தான்.

ஆனால் முஸ்லிம்களை இந்திய வணிகம் சரியாகப் புரிந்து கொள்ள வில்லை. கறுப்பு பர்தா அணியும் பங்களாதேஷில்தான் பெண் களுக்கான நவ நாகரிக உடைகள் தயாரிக்கிறார்கள். அதை அவர்கள் உள்ளே அணிகிறார்கள்! அதுபோலப் பெண்களை அவர்கள் சமமாக நடத்துவதில்லை என்பதும் சர்ச்சைக்குரிய விஷயம். இந்தியாவின் எல்லா மாநிலங்களிலும் முஸ்லிம்களின் ஆண்- பெண் விகிதம் இந்துக்களின் ஆண்-பெண் விகிதத்தைவிட ஆரோக்கியமாக உள்ளது! 2050ல் உலகில் 50% ஜனத்தொகையை எட்டிப்பிடிக்கவிருக்கும் அவர்களைச் சரியாகப் புரிந்துகொண்டால் நல்ல சந்தை வாய்ப்புகள் உள்ளன. Islamic Banking போன்ற விஷயங்கள் இந்தியாவில் பெருகலாம் என்கிறார் ஆசிரியர்.

புடவை, தாலி, திலகம் என அனைத்தும் டி.வி விளம்பரங்களில் வழக்கொழிந்து போனாலும் சீரியல்களில் அவை அனைத்தும் புத்துயிர் பெற்று ஜெகஜ்ஜோதியாக வருவது யோசிக்க வைக்கும் விஷயம். பக்தி சார்ந்த படங்கள், சீரியல்கள், பத்திரிகைகள் என்றுமே தோற்றதில்லை. வெளியூர் செல்கையில் டிபனுக்கு நுழைந்தால் கல்லா ஆசாமி விபூதியும் ஊதுபத்தி வாசனையாக இருந்தால் '' நல்ல ஓட்டல்'' என நுழைகிறோம்.

பார்ஸி வைத்திருந்த கார் என்றால் நல்ல விலைக்குப் போகுமாம். முஸ்லிம்கள் என்றால் வீடு கொடுக்கமாட்டோம். கர்னாடக சங்கீதம் என்றால் பிராமணர்கள் ஆசிரியர்களாக இருக்கவேண்டும். நர்ஸ்

என்றால் கேரள கிருத்துவ சேச்சிகள். வடக்கில் டாக்ஸி ஓட்டுனர்கள் என்றால் சிங்கை நம்பி ஏறுவோம்.

அதுபோல உச்ச கட்ட வியாபார சீஸன் ஹோலியா, விஷுவா, ரம்ஜானா, கிருஸ்துமஸா, பொங்கலா, தீபாவளியா, கணேஷ் சதுர்த்தியா என்பதை வாழும் மக்களின் மதம் சார்ந்த நம்பிக்கைகள் நிச்சயிக்கின்றன.

''ஆனால், வருங்காலத்தில் சாதி, மதப் பிரிவுகள் வேலையிடங்களில் பார்க்கமாட்டார்கள்; எல்லாம் மாறிவிடும்'' என்ற இவர் கணிப்பு மட்டும் மணிரத்னம் படத்து கிளைமாக்ஸ்போல இடிக்கிறது.

நீங்கள் எந்த வியாபாரம் செய்தாலும் மக்களின் மதம் சார்ந்த நம்பிக்கைகளை விற்பனை உத்திகளில் இணைப்பது முக்கியம்.

உதாரணத்துக்கு 2013 ஆய்வுப்படி, இந்தியாவின் திருமணச் சந்தை மட்டும் 1.5 லட்சம் கோடி ரூபாய். அதில் உங்கள் தொழில் எவ்வளவு பைசா பார்க்கிறது?

கடவுள் தேவையில்லை என நாத்திகர்கள் சொல்லலாம். ஆனால் வியாபாரிகளுக்கு கடவுள் அவசியம் தேவை.

கடவுளை நம்பினோர் கைவிடப்படார்!

40

மார்வாரிகளின் வணிக ரகசியங்கள்

The Marwaris

From Jagat Seth to the Birlas

Thomas A. Timberg

பிர்லா, கோயெங்கா, மித்தல், கன்ஷியாம்தாஸ், ஓஸ்வால், சிங்கானியா, சேத், டால்மியா, பஜாஜ், பொத்தார், பிரமல், ஜுன்ஜுன்வாலா எனப் பல பெயர்களில் உள்ள மார்வாரிகளின் ஆதிக்கத்தில்தான் இந்திய வணிகம் முழுவதும் உள்ளது எனச் சொல்லலாம்.

மார்வார் எனும் கிழக்கு ராஜஸ்தான் பகுதியிலிருந்து வந்தவர்கள் மார்வாரிகள். வறண்ட பாலைவனப் பகுதியானதால் வளங்களைச் சிக்கனமாகச் சேமித்து வாழத் தெரிந்த சமூகம் அது. பத்தொன்பதாம் நூற்றாண்டில் மெல்ல மெல்ல பஞ்சாப், உத்திரப்பிரதேசம், வங்காளம், மத்திய பிரதேசம், மகாராஷ்டிரம் எனப் பரந்து விரிந்து முதலாம் உலகப்போரின் போது கிட்டத்தட்ட வட இந்தியா முழுதும் வணிக உலகில் விஸ்வரூபம் எடுத்தவர்கள் மார்வாரிகள்.

நம் இலக்கியங்களிலும் திரைப்படங்களிலும் கொடூர வில்லன்கள் அல்லது காமெடியன்களாகத்தான் சேட்டுகள் பயன்பட்டிருக்கிறார்கள். இன்னமும் ''நம்பள் நாளே வரான். பைசா கேக்கறான். நிம்பள் கொடுக்கிறான்'' என்று பேசுவதாகத்தான் இன்னமும் இவர்களை நினைத்துக் கொண்டிருக்கிறோம். உழைக்காமல் ஏழைகளிடம்

வட்டிக்காசு வசூலித்து அவர்கள் ரத்தத்தை உறிஞ்சி வாழ்பவர்கள் என்பதில் உண்மை இல்லாமல் இல்லை. ஆனால் மிகுந்த வறியவனாய், வந்தேறியாய் வரும் ஒரு மார்வாரி எப்படி செல்வந்தனாகிறான் என்பது யாரும் அறியாத கதை.

அதை விரிவாக அறியும் வாய்ப்பு வந்தது- The Marwaris from Jagat Seth to the Birlas என்ற நூல் மூலமாக. மார்வாரிகள் பற்றி 50 ஆண்டுகளாக ஆராய்ந்து எழுதியிருக்கிறார் ஆசிரியர் தாமஸ் டிம்பெர்க்.

குரு சரண்தாஸ் எழுதிய முன்னுரையே முப்பது பக்கங்கள் என்றாலும் அது ஒரு பிரமாதமான ட்ரெயிலர் என்று சொல்லலாம். 1971ல் மார்வாரிகளின் வணிக எழுச்சி பற்றி பி.ஹெச்.டி ஆய்வாளரான டிம்பெர்க்கைச் சந்திக்கிறார் குருசரண்தாஸ். இந்தியாவின் உள் நாட்டு வணிகம் முழுவதையும் மார்வாரிகள் எப்படித் தங்கள் கட்டுக்குள் கொண்டு வந்தார்கள் என்று அறிகிறார்.

நாமும் அறிகிறோம்.

ஒரு புதிய பொருளை மிக விரைவில் அதுபற்றித் தெரிந்து கொண்டு அதை வாங்கி, விற்று வணிகம் நடத்தும் இவர்களுக்கு ரிஸ்க் எடுப்பது நிஜமாகவே ரஸ்க் தின்பதுபோலத்தான் எனத் தோன்றுகிறது. தந்தி வராத காலத்தில் புறாக்களை வைத்தும், தந்திகளை முதலில் பயன் படுத்தியும், திருட்டுத்தனமாக ரேடியோக் கருவிகளை வைத்துக் கொண்டும், லண்டன் பங்குச் சந்தை விலை முதல் உள்ளூர் விலை வரை எல்லாவற்றையும் எப்படி வேகமாக அறியத் துடித்தார்கள் என்று படித்தபோது வியப்பாக இருந்தது.

சேட்டின் வியாபார நிர்வாக வழிமுறைகள் அலாதியானவை. ''கடி'' என்ற பஞ்சு மெத்தைதான் அவர்களுடைய அலுவலகம். முனிம் என்கிற கணக்கர்தான் கணக்குகள் எழுதுவார். உள் அறையில் சரக்குகள் இருக்கும். பின் கட்டில் பிராமணர்கள் சமைப்பார்கள்.

புதிதாக வரும் மார்வாரி இளைஞர்களுக்கு அங்கேயே தங்கி, வேலை செய்யும் வசதி செய்து தரப்படுகிறது. முதலில் ஹுண்டி எனும் கணக்கியல் பயிற்சி. பின் சரக்கு பரிமாற்றம். பிறகு ஏதாவது ஒரு கிளையில் வேலை. தனியாகத் தொழில் செய்ய நினைத்தால் நிதிதாரராக அல்லது பங்குதாரராக சேட்டே உதவி செய்வார்.

முதலாளியின் உள்ளுணர்வு எல்லா முடிவுகளுக்கும் காரணி. நம்பிக்கைதான் வியாபார மந்திரம். கூடி வாழ்தல்தான் பிழைக்கும் வழி. என்ன போட்டி என்றாலும் கூடியே வாழ்தல். எல்லா கணக்கும் அன்றன்றே பைசல் செய்தல். போட்டியாளர், பகையாளி என யாராக இருந்தாலும் கடன் கொடுத்தும் வாங்கியும் தொழில் நடத்தல் எனப் பிரமிக்க வைக்கும் வழிமுறைகள்.

பிரிட்டிஷ்காரர்களுக்கும் கடன் வழங்கியிருக்கிறார்கள். விடுதலைப் போராட்டத்துக்கும் நிதி வழங்கியிருக்கிறார்கள். தொழிலில் வரி நெருக்கடி, வெள்ளையரின் சூழ்ச்சி என வரும்போதெல்லாம் பணத்தை நிலத்தில் போட்டு நிலச்சுவான்தார் ஆனார்கள். எந்தப் புதிய தொழில் வந்தாலும் ஒரு கை பார்த்தார்கள்.

பிட்ஸ் பிலானி, பனாரஸ் ஹிந்து பல்கலைக்கழகம் என அமைத்து கல்வி அமைப்பிலும் கால் பதித்தார்கள்.

அதிக அளவில் ஜெயின் வம்சம் என்றாலும் இந்து மதத்தின் நீரோட்டத்தில் கலந்தார்கள். மார்வாரி மொழியைக் காட்டிலும் இந்தியை வளர்த்தார்கள். இந்தி-இந்து-இந்தியா என்ற கட்டமைப்பில் மார்வாரிகளின் வணிக நோக்கம் தெளிவாகத் தெரிகிறது.

பிற்காலத்தில் கலப்பு மணம் புரிந்தாலும் கவனமாய் செல்வம் காத்தார்கள். பெண்கள் மெல்லப் படிக்க ஆரம்பித்தார்கள். கீதா பிரமல் போன்றவர்கள் பிசினஸ் குடும்பத்தில் பிறந்து பி.ஹெச்.டி செய்தார்கள். ராம் மனோஹர் லோஹியா, கமல்நாத் போன்றவர்கள் அரசியலுக்கு வந்தார்கள்.

லாலு பிரசாத் யாதவின் உலகப் பிரசித்தி பெற்ற ரயில்வேத்துறை பட்ஜெட்டைத் தயாரிக்க உதவிய ஐ.ஏ.எஸ் அதிகாரிகூட மார்வாரிதான் என்று அறிகையில் அந்த சமூகத்தின் வீச்சு புரிகிறது.

புத்தகம் நிறைய எல்லா சேட்டுகளின் பெயர்களும் சொந்தங்களும் அவர்களின் தொழில்களின் வரலாறுகளும் திகட்டத் திகட்டக் கொடுக்கப்படுகின்றன.

உலகமயமாக்கத்தைத் தடுக்க ராகுல் பஜாஜ் எடுத்த முயற்சிகளும், உலகமயமாக்கத்துக்குப் பிறகு நிர்வாக முறைகளை மாற்றிய குமாரமங்கலம் பிர்லாவின் முயற்சிகளும் அந்த சமூகத்தின் வளைந்து கொடுக்கும் தன்மையை எடுத்துக்காட்டுகிறது.

தற்போது ஃபோப்ஸ் பத்திரிகை வெளியிடும் இந்திய பில்லியனர்களில் நான்கில் ஒரு பங்கு மார்வாரிகள் இருக்கிறார்கள். இவர்கள் இல்லாத தொழில்கள் இல்லை எனச் சொல்லலாம். ஏழாவது தலைமுறை காணும் பிர்லாவை அமெரிக்காவின் ஃபோர்ட் அல்லது ராக்ஃபெல்லருடன் ஒப்பிடலாம் என்கிறார் ஆசிரியர்.

மார்வாரியைப்போல பணக்கார வியாபாரியாக என்ன வழி என்று கேட்கையில் ஒரு மார்வாரியே இதை நகைச்சுவையாய் சொல்கிறார்: ''ஒரு மார்வாரியின் மகளைக் கட்டிக்கொள்ளுங்கள். அவர்கள் உங்களை பணக்கார வியாபாரியாக மாற்றிக் காட்டுவார்கள்!''

41

அசாதாரண மனிதர்கள்

Real Heroes

Ordinary People Extraordinary Service

Network 18 and Rajdeep Sardesai

சுபாஷினி மிஸ்த்ரி பதினாலு குழந்தைகள் கொண்ட வறுமைக் குடும்பத்தில் பிறந்தவர். 12 வயதில் திருமணம். கணவருக்கு கூலி வேலை. 20 வயதில் 4 குழந்தைகளின் தாயாகிறார். அப்போது திடீரெனக் கணவர் நோய்வாய்ப் பட்டு அரசு மருத்துவமனையில் சேர்க்கப்படுகிறார். சரியான சிகிச்சை அளிக்கப்படாததால் இறந்துபோகிறார்.

இரண்டு வேளை உணவாவது கிடைத்துக் கொண்டிருந்த குடும்பம் இப்போது நடுத்தெருவில் நிற்கிறது. சவமாகக் கிடந்த கணவர் காலடியில் சபதமெடுக்கிறார் சுபாஷினி. ஏழைகளை முறையாக மதித்து சரியான சிகிச்சை தரும் மருத்துவமனை கட்டுவதே தன் வாழ்க்கையின் குறிக்கோள் என்று. மாற்றிக் கட்டத் துணிக்கே பிரச்னை உள்ள சூழ்நிலையில் மருத்துவமனை கட்டுவது என்பதெல்லாம் அவ்வளவு சுலபமா என்ன?

கட்டடக் கூலியாகப் புது வாழ்க்கையைத் துவங்குகிறார். கிடைக்கும் சொற்ப வருமானத்தில் சேமிக்கிறார். சேமித்த தொகையில் ஒரு காய்கறிக் கடை போடுகிறார். மாதம் 500 ரூபாய் மிச்சம் பிடிக்கும் அளவு வளர்கிறார்.

நான்கு பிள்ளைகளில் ஒருவரையாவது டாக்டர் ஆக்கவேண்டும். சுட்டிப்பையன் அஜயைத் தேர்ந்தெடுத்து அவன் கல்விக்கு மட்டும் செலவிடுகிறார். 1992ல் 10,000 ரூபாய்க்கு ஒரு ஏக்கர் வாங்கி ஒற்றை அறை மருத்துவமனை அமைக்கிறார். தன் பகுதியில் உள்ள எல்லா மருத்துவர்களையும் அழைத்துப் பேசித் தன் மருத்துமனையில் இலவச சிகிச்சை அளிக்க வைக்கிறார். 1993ல் துவக்கப்பட்ட Humanity Hospital லில் முதல் நாளிலேயே 250 பேர் இலவச சிகிச்சை பெறுகிறார்கள்.

1994ல் மகன் அஜய் மிஸ்த்ரி மருத்துவப் பட்டம் பெற்று தாயின் கனவைத் தொடர்கிறார். பிறகு இவர்களுடைய பணியை வியந்து உள்ளூர் எம்.பி அரசு நிதியும், உள்ளூர் மக்கள் நன்கொடைகளும் வழங்குகிறார்கள். எல்லாக் குழந்தைகளும் மருத்துவமனையிலேயே வேலை பார்க்கிறார்கள்.

ஒரு கனவு நிஜமாகிறது.

2008ல் நிஜ நாயகர் விருது பெற்றபின் கிடைத்த நிதியுதவியில் சிறப்புப் பிரிவுகள் துவக்கப்பட்டு இன்றும் தினசரி 400 பேருக்கு மேல் 10 ரூபாய் மட்டும் பெற்று சிகிச்சை வழங்குகிறார்கள்.

சி.என்.என்- ஐ.பி.என் நெட்வொர்க் ரிலையன்ஸ் நிறுவன உதவியுடன் 48 நிஜ நாயகர்களைச் சலித்துத் தேர்ந்தெடுத்து விருதும் நிதியுதவியும் வழங்கியுள்ளது. இவர்கள் ஒவ்வொருவரையும் அவர்கள் சூழலில் பேட்டி கண்டு தொலைகாட்சித் தொடராகவும் ஒளிபரப்பியது சி.என்.என்- ஐ.பி.என். அவர்கள் கதைகளை அச்சுப்படுத்தியிருக்கிறார்கள் Real Heroes – Ordinary People Extraordinary Service என்ற எளிய புத்தகத்தில்.

அந்த ஒரு பானை சோற்றில் நான் மேலே தந்தது ஒரு பருக்கை சோறு.

இந்த 48 பேரும் வெவ்வேறு களத்தில் பணி புரிபவர்கள். எந்த விதத்திலும் தொடர்பு இல்லாதவர்கள். பெரிய ஊடக வெளிச்சம் இல்லாதவர்கள். சமூக மேம்பாடு, பெண் கல்வி, விளையாட்டுத்துறை, மாற்றுத் திறனாளிகளுக்கு ஆதரவு என நலிவுற்ற பிரிவினருக்குப் பணிபுரிபவர்கள் என்பதுதான் இவர்களை இணைக்கும் சங்கிலி.

மதுரையில் மன நலம் குன்றியவர்களுக்கு அவர்கள் இருப்பிடம் தேடிச் சென்று பசியாற்றும் கிருஷ்ணன் கதையில் ஆரம்பிக்கிறது புத்தகம். இன்றும் தினம் 400 பேருக்குச் சோறிடும் தாயுமானவர் நம் கிருஷ்ணன்.

சிறை சென்றோர் குழந்தைகளுக்குக் காப்பிடம் அமைத்து உதவுகிறார் ரெனி ஜார்ஜ். கல்வி, தொழிற் பயிற்சி, ஆலோசனை என அளித்து

அவர்களை வழி நடத்துகிறார்கள் ஜார்ஜ் தம்பதியினர். இன்று மாதம் 156 பிள்ளைகளைப் பராமரிக்கிறது அவர்கள் காப்பகம்.

பாலின வன்முறைக்கு ஆளான குழந்தைகளைக் காப்பாற்றி, ஹெச். ஐ. வி-யால் பாதிக்கப்பட்டவர்களுக்கு சிகிச்சை மற்றும் கல்வி, விபச்சாரத்தை ஒழிக்கத் தொடர்ந்து போராட்டம் எனப் பணியாற்று கிறார் சுனிதா கிருஷ்ணன். தற்சமயம் இந்தக் காமத்தொழிலில் சிக்கிப் பாதிக்கப்பட்டவர்கள் குழந்தைகளுக்காக 17 சிறு பள்ளிகூடங்கள் நடத்துகிறார். சிறு வயதில் பாலியல் பலாத்காரத்துக்கு ஆளான இவர், பிறர் வாழ்வில் அதைத் தடுக்க மேற்கொள்ளும் முயற்சிகள் அசாதாரணமானவை.

ராணுவத்திலிருந்து ஓய்வு பெற்ற பக்வான் நாகர்கோஜே கிராமப் புறத்தில் உள்ள வசதி குறைந்த மாணவர்களைத் தேர்ந்தெடுத்து அவர் களுக்கு மராத்தான் ஓடப் பயிற்சி அளிக்கிறார். அதிகாலை ஐந்து மணிக்கு இவர் வெறுங்காலுடன் ஓடத் தயாராக நிற்கும் பிள்ளை களுக்கு பயிற்சி அளிப்பதைப் படிக்கும்போது சிலிர்க்கிறது.

காஷ்மீர் லடாக்கில் கடுமையான தண்ணீர் பஞ்சம் என்றதும் செயற்கை பனிப்பாறைகள் உருவாக்கி அந்தப் பகுதியின் தண்ணீர்ப் பிரச்னையைத் தீர்த்தவர் செவாங்க் நோர்ஃபெல். நூற்றுக்கணக்கான விவசாயிகளின் வாழ்க்கையைக் காப்பாற்றிய செவாங்க்தான் அப்பகுதி மக்களின் காவல் தெய்வம்!

அபய் ஆனந்த் மற்றும் ஆனந்த குமார் என இருவர் கிராமப்புற வசதி குறைந்த மாணவர்களுக்கு இலவசப் பயிற்சி அளிக்கிறார்கள். எதற்கு ஐ.ஐ.டி நுழைவு தேர்வுக்கு! இவர்கள் மாணவர்களில் 95% வெற்றி என்றவுடன் டைம் பத்திரிகை இவர்களைப் பற்றிச் செய்தி வெளியிட்டது. பராக் ஒபாமாவைப் பாராட்ட வைத்தது.

சோனம் வாங்க்சுக் தான் த்ரீ இடியட்ஸ் அமீர்கான் கதாபாத்திரத்தின் அசல் வடிவம். லடாக்கில் இவர் செய்த கல்விப் புரட்சிதான் கடைசியில் படத்தில் அமீர்கான் செய்பவை.

இப்படி மூன்று பக்கத்தில் ஒரு தனி மனிதனின் அசாதாரணப் பணி என 160 பக்கங்களில் 48 நிஜ நாயகர்கள் வரலாறு படிக்க வேண்டியவை மட்டுமல்ல. நம் மாணவர்களுக்கு புகட்ட வேண்டியவை.

இதை நான் பரிந்துரைக்க இரண்டு காரணங்கள்.

முதலாவதாக, பிள்ளைகளை, பணியாளர்களை எப்படி ஊக்கப்படுத்துவது என்று அறியாமல் தவிப்போர் இதை அவசியம் படிக்கவேண்டும். எந்த அறிவுரையும் கூறாமல் பிள்ளைகளிடம் படிக்கக் கொடுங்கள்.

இரண்டாவது, நிறுவனங்களுக்கு இப்போது சி.எஸ்.ஆர் முதலீடுகள் தவிர்க்க முடியாதவை. அதனால் அதற்கு ஒரு துறை ஏற்படுத்திச் செலவுகள் செய்யாமல் உங்கள் பகுதியில் உள்ள நிஜ நாயகர்களுக்கு நிதி உதவச் செய்யலாம். என்னவெல்லாம் செய்யலாம் என்று அறிய இந்தப் புத்தகம் படிக்கலாம்.

லோட்டஸ் கலெக்‌ஷன் புது தில்லியிலிருந்து வெளியிட்டுள்ள இந்தப் புத்தகம் வெறும் 195 ரூபாய்தான்.

பொழுதுபோக்குக்கு நம் மக்கள் செலவிடும் நேரத்திலும் பணத்திலும் ஒரு விழுக்காடு இது போன்ற மக்கள் தொண்டுக்குச் செலவிட்டாலே புதியதோர் உலகம் செய்யலாம்!

www.ingramcontent.com/pod-product-compliance
Lightning Source LLC
LaVergne TN
LVHW100831051026
849519LV00006B/2253